'द ड्रीम मॅनेजर' या पुस्तकामुळे कंपन्या आपल्या कर्मचाऱ्यांबद्दल कोणता दृष्टिकोन ठेवतात आणि व्यवस्थापक आपल्या कर्तव्यांची कोणती व्याख्या करतात, यात आमूलाग्र चिरंतन बदल घडेल.

– पॅट्रिक लॅन्सिओनी

'द फाइव्ह डिस्फंक्शन्स ऑफ अ टीम' या पुस्तकाचे लेखक

'आपण ज्यांचं नेतृत्व करत आहोत, त्यांची स्वप्नं ओळखणं आणि ती स्वप्नं साकार करायला त्यांना उत्तेजन देणं, हा यशस्वी नेतृत्वासाठीचा मुख्य आणि निर्णायक घटक असतो' हे सत्य 'द ड्रीम मॅनेजर' ह्या पुस्तकात, लेखकानं अधोरेखित केलं आहे... नेतृत्वगुणावरील साहित्यात मॅथ्यू केलीच्या ह्या नव्या पुस्तकामुळे मोलाची भर पडलेली आहे, असं माझं प्रामाणिक मत आहे.

– रॉबर्ट मॅकडॉनल्ड

'प्रॉक्टर अ‍ॅन्ड गॅंबल', प्रमुख कार्यकारी अभियंता (चीफ ऑपरेटिंग ऑफिसर)

‘द ड्रीम मॅनेजर’ या इंग्रजी पुस्तकाचा मराठी अनुवाद

स्वप्न व्यवस्थापकाचे

चैतन्यशील संघाची उभारणी, व्यवस्थापन आणि प्रेरणा यासाठीचा आगळा-वेगळा मार्ग

मूळ लेखक

मॅथ्यू केली

प्रस्तावना

पॅट्रिक लॅन्सिओनी

अनुवाद

सुनीति काणे

मेहता पब्लिशिंग हाऊस

Please contact us at **Mehta Publishing House,** 1941, Madiwale Colony, Sadashiv Peth, Pune 411030.

✆ +91 020-24476924 / 24460313

Email : info@mehtapublishinghouse.com
production@mehtapublishinghouse.com
sales@mehtapublishinghouse.com

Website : www.mehtapublishinghouse.com

- *या पुस्तकातील लेखकाची मते, घटना, वर्णने ही त्या लेखकाची असून त्याच्याशी प्रकाशक सहमत असतीलच असे नाही.*

THE DREAM MANAGER by MATTHEW KELLY

Translated into Marathi Language by Suneeti Kane

स्वप्न व्यवस्थापकाचे / मार्गदर्शनपर

अनुवाद : सुनीति काणे
फ्लॅट नं. १, इंद्रधनुष्य अपार्टमेंट, ८२७ ए, बी.एम.सी.सी. रोड,
शिवाजीनगर, पुणे - ४ ०२०-२५६७२८३३/२५६७६१६०

मराठी अनुवादाचे व प्रकाशनाचे हक्क मेहता पब्लिशिंग हाऊस, पुणे.

प्रकाशक : सुनील अनिल मेहता, मेहता पब्लिशिंग हाऊस,
१९४१, सदाशिव पेठ, माडीवाले कॉलनी, पुणे - ४११०३०.

मुद्रक : पार्कसन्स ग्राफिक्स, १५, शहा इंडस्ट्रिअल इस्टेट,
वीरा देसाई रोड, अंधेरी (प.) मुंबई - ४०० ०५३.

मुखपृष्ठ : सतीश भावसार

प्रथमावृत्ती : मार्च, २०१६

किंमत : ₹ १९५/-

P Book ISBN 9788184987577

माझा भाऊ सायमन यांस-
माझा पहिला स्वप्न व्यवस्थापक!
माझ्या लहान वयातच मला मोठी स्वप्ने
पाहावयास प्रोत्साहन दिल्याबद्दल
धन्यवाद...

‘तुमच्या स्वप्नांच्या दिशेनं, आत्मविश्वासानं पावलं उचला.
तुमच्या कल्पनेतलं आयुष्य जगायला प्रारंभ करा!’

– थोरा

प्रस्तावना

अगदी साध्या कल्पनाच बहुश: अत्यंत प्रभावी ठरतात. आणि अनेकदा त्या असंभवनीय वाटणाऱ्या ठिकाणी उदयास येतात. ह्या दोन्ही मूलभूत संकल्पनांचा ठोस पुरावा म्हणजे मॅथ्यू केली यांचं 'द ड्रीम मॅनेजर' हे पुस्तक!

कामगारांच्या संघटित संस्था जेव्हापासून अस्तित्वात आल्या, तेव्हापासून त्यांना प्रेरित करण्यासाठी त्यांना अधिक वेतन मिळवून देण्यासाठी आणि इतरत्र जाण्यापासून त्यांना रोखण्यासाठी, संस्थांचे प्रमुख वेगवेगळे मार्ग शोधत आले आहेत. गेल्या तीस वर्षांत आयुष्यभरासाठी एकाच कंपनीशी एकनिष्ठ राहण्याची कल्पना मागे पडत चालल्यामुळे, कामगारांना प्रेरित करून नोकरीत टिकवून कसे धरता येईल, ही काळजी वाढत चालली आहे. आज बाजारपेठेत निष्णात कर्मचाऱ्यांचा तुटवडा वाढत चालला आहे आणि त्यामुळेच कुशल कर्मचाऱ्यांचा भाव कधी नव्हे एवढा वधारला आहे. त्यामुळे व्यावसायिक जगतात, कर्मचाऱ्यांना टिकवून धरणं ही समस्या एक डोकेदुखी बनलेली आहे, आणि ही काळजी साधार आहे!

चांगले कर्मचारी गमावल्यामुळे केवळ नवे कर्मचारी शोधण्याचा आणि त्यांना टिकवण्याचाच खर्च वाढतो – असं नव्हेतर चांगले कर्मचारी गमावणं म्हणजे धंद्याला उतरती कळा लागणं आहे, हे सुज्ञ अधिकारी जाणून असतात. अगदी पराकोटीचा छिद्रान्वेषी अधिकारीसुद्धा कबूल करतो की, ज्या मानवी भांडवलाचा इतका तुटवडा आहे, त्यांना प्रेरणा देऊन टिकवून धरता आलं, तर उद्योग-संस्थेला स्पर्धेत टिकाव धरायला खूपच बळ मिळतं.

दुर्दैवानं व्यवस्थापक आणि कर्मचाऱ्यांच्या संदर्भातले तज्ज्ञ (ह्यूमन रिसोर्स प्रोफेशनल्स) आजवर कर्मचाऱ्यांना टिकवून धरण्यासाठी पगार आणि अन्य सवलती याच मुद्द्यांवर लक्ष केंद्रित करत आले आहेत. त्यांनी पगार वाढवले, बोनसच्या रकमेत वाढ केली, स्टॉक-ऑप्शनद्वारा कंपनीचं भाग-भांडवल देऊ केलं, सुट्ट्यांचा कालावधी वाढवला, घरातले पाळीव प्राणी कामाच्या जागी आणायला कर्मचाऱ्यांना परवानगी दिली – असल्या गोष्टीतून फारसा फायदा झालेला आढळला नाही. एखाद्या नाराज कर्मचाऱ्याला टिकवून धरण्यात यांपैकी एखाद्या क्लृप्तीद्वारे, व्यवस्थापन यशस्वी ठरलं तरी ते यश अल्पजीवी ठरतं आणि महागात पडतं, असं दिसून आलेलं आहे.

अगदी थोडेच लोक केवळ पैशांसाठी काम करत असतात, ही सत्यस्थिती आहे. आपणा सर्वांनाच पैशांची गरज आहे – आणि नोकरीबाबतच्या निर्णयात – तो एक महत्त्वाचा मुद्दा आहे, ही गोष्ट खरी आहे. परंतु लोकांना प्रेरणा देणं आणि कंपनी सोडून इतरत्र जाण्याची कल्पना कर्मचाऱ्यांना हास्यास्पद वाटेल, असं वातावरण निर्माण करणं, यासाठी पैशांखेरीज इतर काहीतरी खूप प्रभावी – आणि कमी खर्चाची कर्मचाऱ्यांना गुंतवून ठेवेल, अशी गोष्ट आवश्यक असते, ही गोष्ट कंपन्यांच्या लक्षात आलेली नसते.

निदान आतापर्यंत तरी ती लक्षात आलेली नव्हती.

तुम्ही हे पुस्तक वाचू लागलात की, बहुधा तुमची प्रतिक्रियासुद्धा माझ्याप्रमाणेच होईल : 'हे आधीच कुणाला कसं सुचलं नाही? ही गोष्ट अगदी सहज लक्षात येण्याजोगी होती की!' ज्या संकल्पनेमुळे अशी प्रतिक्रिया व्यक्त होते, तीच खरी चतुराईची संकल्पना असते!

मॅथ्यू केलीनं शोधलेल्या संकल्पनेचं खरं महत्त्व असं आहे की, त्यानं लावलेला शोध जितका कर्मचाऱ्यांच्या फायद्याचा आहे, तेवढाच तो कंपन्यांच्याही फायद्याचा आहे. पर्यावरणाला

हानी न पोहोचवणारं स्वस्त आणि प्रभावी इंधन जसं महत्त्वाचं ठरेल, तसाच मॅथ्यू केलीचा हा शोध प्रभावी आहे!

मॅथ्यू केलीच्या संकल्पनेत एक त्रुटी आहे. ही त्रुटी स्पर्धेच्या दृष्टीनं फायद्याचीच ठरणारी असली, तरी काही व्यवस्थापक त्याची संकल्पना, त्याचा सिद्धांत नाकारतील! ते बहुधा म्हणतील, 'थट्टा करताय का राव? आजवर ऐकलेल्या कल्पनांपैकी ही सर्वांत साधी-सरळ कल्पना आहे!' किंवा ते म्हणतील, 'हा मॅथ्यू केली कोण टिकोजीराव लागून गेलाय? व्यवस्थापकीय तज्ज्ञ किंवा व्यावसायिक तज्ज्ञ म्हणून मी त्याचं नाव कधीही ऐकलेलं नाही.'

ह्या दोन्ही कुशंकांना माझं उत्तर आहे – 'म्हणून तर!'

– पॅट्रिक लॅन्सिओनी

'द फाइव्ह डिस्फंक्शन्स ऑफ अ टीम'चे लेखक

पुस्तकाविषयी

आपल्या कर्मचाऱ्यांची स्वप्नं साकार करण्यासाठी झटल्यामुळे, कंपन्यांची लक्षणीय प्रगती कशी होऊ शकते, हे सत्य सांगणारी व्यावसायिक बोधकथा.

कर्मचाऱ्यांचं व्यवस्थापन करणं ही अत्यंत अवघड अशी जबाबदारी असते. कामावरून चित्त उडणं आणि नोकरी सोडून देणं या समस्यांचं प्रमाण वाढायला लागल्यामुळे बरेचसे व्यवस्थापक चिंतेत पडले आहेत. आपल्याला उत्तम व्यवस्थापक बनण्याची मनापासूनची इच्छा असली, तरी त्यासाठीची व्यवहार्य आणि परिणामकारक पद्धत आपल्याला सापडलेली नव्हती... आजवर सापडलेली नव्हती...

ह्या वाचनीय पुस्तकातली एक काल्पनिक कंपनी ह्याच दोन समस्यांशी झगडते आहे... त्यामुळे ह्या कंपनीतले व्यवस्थापक शोध घेण्याचा प्रयत्न करत आहेत की कर्मचाऱ्यांना प्रेरणा देणारी गोष्ट कोणती असते...? हा शोध घेता घेता या व्यवस्थापकांना एक नवाच बोध होतो, की मोठा पगार किंवा महत्त्वाचा हुद्दा यामुळं कर्मचारी क्रियाशील होत नसतात; त्यांची महत्त्वाची वैयक्तिक स्वप्नं साकार करायला मदत पुरवली, तरच ते क्रियाशील बनतात! ह्या कंपनीतील व्यवस्थापकांनी आणखी एक बोध घेतला : सर्व प्रकारच्या लोकांना वारंवार मदत पुरवली नाही तर त्यांना आपली स्वप्नं कधीही साकार करता येत नाहीत आणि आयुष्याबाबतचं आणि नोकरीबाबतचं त्यांचं असमाधान वाढत जातं.

'कर्मचाऱ्यांची गुणवत्ता वाढली, तरच कंपनीची गुणवत्ता वाढू शकते' ह्या महत्त्वाच्या संकल्पनेपासून प्रारंभ करून मॅथ्यू केली या

लेखकानं, आपली वैयक्तिक स्वप्नं आणि नोकरीबद्दल आपल्याला वाटणारी निष्ठा यांचा परस्पर-संबंध सिद्ध केला आहे. कामावरून कर्मचाऱ्यांचं मन उडण्याची वाढती समस्या अभ्यासत असताना मॅथ्यू केलीनं एका नव्याच सत्यावर प्रकाश पाडला आहे : लोक जेव्हा सहकार्यानं कंपनीची ध्येयं आणि वेयक्तिक उद्दिष्टं एकाच वेळेस साध्य करण्यासाठी झटायला लागतात, तेव्हा एका नव्या जोमाच्या संघशक्तीचा उदय होतो.

'द ड्रीम मॅनेजर' ह्या पुस्तकातील प्रभावी संकल्पनेची फक्त माहिती करून घेतलीत की तुम्ही ज्या पद्धतीनं कर्मचाऱ्यांचं व्यवस्थापन करता आणि त्यांच्याशी नातं जोडता, त्यात ताबडतोब आणि कायमस्वरूपी बदल घडून येईल.

तर मग, काय आहे तुमचं स्वप्न?

अनुवादिकेचं मनोगत

'द ड्रीम मॅनेजर' हे व्यवस्थापनावरचं पुस्तक वाचायला घेतलं आणि अनपेक्षितपणे आनंदाचा ठेवा गवसल्यासारखं वाटलं. व्यवस्थापनावरचं पुस्तक क्लिष्ट सिद्धान्तांनी आणि दुर्बोध मीमांसेनं भरलेलं असेल, अशी प्रारंभी वाटणारी भीती पहिलं पान वाचता-वाचता केव्हा दूर झाली आणि मी वाचनात केव्हा रंगून गेले, हे कळलंच नाही.

कर्मचारी सोडून जात आहेत, त्यांचं कामात चित्त नाही, ही कंपन्यांपुढली नेहमीची समस्या आहे. ही समस्या कंपन्यांना अतिशय महागात पडत असते. एका व्यवस्थापकानं या समस्येवरला तोडगा कसा शोधून काढला, तो किती प्रभावी ठरला, ही बोधकथा ह्या पुस्तकाच्या प्रारंभीच दिलेली आहे. या व्यवस्थापकानं या समस्येसाठी जो तोडगा कार्यान्वित केला, त्याची सखोल माहिती, त्यामागची तत्त्वं ह्या पुस्तकाच्या दुसऱ्या भागात विशद केली आहेत. हीच तत्त्वं सारे नातेसंबंध सुधारण्यासाठी उपयुक्त ठरतील, अशी आहेत.

आजच्या युगातला हा सर्वांना जिव्हाळ्याचा वाटणारा विषय या विषयातील तज्ज्ञ सल्लागार असलेल्या लेखकानं अत्यंत सोप्या आणि आकर्षक शैलीत मांडला आहे.

अनोख्या विषयावरील पुस्तकाचा अनुवाद करण्याची संधी दिल्याबद्दल 'मेहता पब्लिशिंग हाऊस'चे सुनील मेहता व त्यांचे सहकारी यांची मी ऋणी आहे.

– सुनीति काणे

द्विधा मनःस्थिती

तुमच्या संस्थेचं भवितव्य आणि तुमच्या कर्मचाऱ्यांची कुवत ह्या दोन्ही गोष्टी एकमेकांत गुंतलेल्या असतात; त्यामुळे संस्थेचं आणि कर्मचाऱ्यांचं नशीबसुद्धा परस्पराधिष्ठित असतं.

संस्थेतील कर्मचारी स्वतःला सुधारण्याचा, आपली कुवत वाढवण्याचा प्रयत्न करत असले, तरच संस्था नावारूपाला येऊ शकेल! ही गोष्ट सर्व प्रकारच्या संस्थांबाबत अटळ असते – मग ती संस्था म्हणजे व्यवसाय असो, शाळा असो सरकारी संस्था असो, ना नफा ना तोटा तत्त्वावर चालणारी सामाजिक संस्था असो की खेळाडूंचा संघ असो! संस्थेचा संचालक, संचालक-मंडळातील सदस्य, अधिकारी आणि कर्मचारी वैयक्तिक दृष्ट्या आपली कुवत वाढवण्याचा प्रामाणिक प्रयत्न करत असले, तरच संस्थेचं स्वास्थ्य आणि कार्यक्षमता सुधारेल.

आजची मुख्य समस्या अशी आहे की, संस्थेतील बहुतांश कर्मचारी मानसिकदृष्ट्या संस्थेशी एकरूप झालेले नसतात. ते संस्थेशी एकनिष्ठ नसतात. मनाने अलिप्त असतात. आजच्या

व्यवस्थापनापुढला हाच कूटप्रश्न आहे! आपल्या कामकाजाबद्दल, आपण काम करतो त्या संस्थेबद्दल, कामाच्या ठिकाणच्या आपल्या सहकाऱ्यांबद्दल लोकांची कमी-अधिक प्रमाणात त्रयस्थ वृत्ती असते. ह्या त्रयस्थ वृत्तीएवढा अन्य कोणत्याही गोष्टीचा दुष्परिणाम कर्मचाऱ्यांच्या मनोधैर्यावर, कार्यक्षमतेवर, उत्पादन क्षमतेवर, कायमस्वरूपी विकासावर, ग्राहकांबरोबरच्या जिव्हाळ्याच्या संबंधांवर आणि धंद्याच्या किफायतशीरपणावर घडत नसतो.

त्रयस्थवृत्ती : कर्मचारी मनानं ८५ टक्के गुंतलेला आहे? ६० टक्के गुंतलेला आहे? ५० टक्के गुंतलेला आहे? किंवा याहूनही वाईट म्हणजे नोकरीत असूनही मनानं तो पूर्णपणे अलिप्त आहे? तुम्ही हिशोब करून बघा. कर्मचारी तुम्हाला किती महागात पडत आहेत? जर तुमचे कर्मचारी मनानं फक्त ७५ टक्के गुंतलेले असतील – तर त्यांच्या त्रयस्थवृत्तीची पगारी रुपयातली किंमत त्यांच्या वेतनाच्या २५ टक्के एवढी आहे. त्यांच्या पगाराच्या पंचवीस टक्क्यांएवढा तुमचा उत्पादनातला तोटा आहे. संस्थेला होणारा खराखुरा तोटा याहूनही अधिक आहे. कारण कर्मचाऱ्यांच्या अशा त्रयस्थ वृत्तीमुळे धंद्याच्या प्रत्येक अंगावर आणि ग्राहकांवर जो दुष्परिणाम घडतो, त्यामुळे धंद्याचे आणखी नुकसान होते.

पीटर ड्रकर या व्यवस्थापन-तज्ज्ञाला आपल्या हिशोब ठेवायच्या पद्धतीतली सर्वांत मोठी चूक शोधून काढल्याला जवळजवळ चाळीस वर्षं होत आली आहेत. ती चूक होती, कर्मचाऱ्यांना बॅलन्स शीटवर, हिशोब – खातेवहीत, लायेबिलिटी – कर्ज अथवा देय – या सदराखाली धरणं. यंत्र आणि संगणक ह्या गोष्टी 'मालमत्ते'च्या सदरात गणल्या जात असत. वस्तुतः योग्य दर्जाचे कर्मचारी ही संस्थेची सर्वांत मौल्यवान मालमत्ता असते. ही गोष्ट आपण तत्त्वतः मान्य केली असली, तरी व्यवहारात संस्था चालवताना आणि संस्था चालवणाऱ्या

लोकांचं व्यवस्थापन करताना त्याकडे आपलं दुर्लक्ष होतंय. आपल्यासाठी आणि आपल्याबरोबर काम करणारे लोक, मनानं गुंतलेले असावेत असं आपल्याला वाटत नसतं असं नव्हे; पण त्यांची मानसिक गुंतवणूक घडवण्याची व्यवहार्य, कार्यक्षम आणि परवडेलशी पद्धत आपल्याला बरेचदा सापडत नाही.

कर्मचाऱ्यांच्या मानसिक – अलिप्ततेच्या, त्रयस्थ वृत्तीच्या ह्या घातक प्रवृत्तीत संपूर्ण परिवर्तन घडवण्याच्या दृष्टीनं 'द ड्रीम मॅनेजर' – स्वप्नांचा व्यवस्थापक – ही क्रांतिकारक संकल्पना खूपच उपयुक्त ठरेल. लहान-मोठ्या संस्था आपल्या कर्मचाऱ्यांशी संस्थेची बांधिलकी कशी पुनर्स्थापित करू शकतील, यावरचा तोडगा ह्या संकल्पनेमुळे सापडेल, कर्मचाऱ्यांची संस्थेशी मानसिकदृष्ट्या बांधिलकी घडून आली, तर संस्थेच्या किफायतशीरपणात प्रचंड वाढ होईल.

किमती, मालाचा दर्जा, उत्पादनाचं प्रमाण, ग्राहकसेवा, उत्पादन-गुणवत्ता, उत्पादनातली अग्रेसरता या मुद्यांबाबत पूर्वी कंपन्या धडपडत असत. येत्या दशकांमध्ये कंपन्यांपुढला कूटप्रश्न असणार आहे, कर्मचाऱ्यांच्या गुणवत्तेबाबतची स्पर्धा! ही स्पर्धा आताच पेटली आहे असं काहींना वाटत असलं, तरी प्रत्यक्षात ही स्पर्धेची केवळ सुरुवात आहे.

'बिझिनेस वीक' ह्या नियतकालिकानुसार येत्या दहा वर्षांमध्ये उच्च व्यवस्थापनातील २१ टक्के जागा आणि सर्व प्रकारच्या उद्योगधंद्यातील, सर्व भौगोलिक विभागातील, सर्व कार्यक्षेत्रांतील २४ टक्के व्यवस्थापकीय जागा रिकाम्या होणार आहेत. ह्याच्या जोडीला वृद्धत्वाकडे झुकणारा जनसमुदाय, कार्यक्षम वयातली घटती लोकसंख्या आणि आजरोजी अमेरिकेला बरेचसे अकुशल कामगार मिळवून देणाऱ्या बेकायदा – स्थलांतरितांबद्दलची अमेरिकन नागरिकांची वाढती असहिष्णुता ह्या सर्व गोष्टींमुळे सर्व प्रकारच्या व्यवसायांत, कौशल्यं आणि कर्मचारी याबाबत अभूतपूर्व टंचाई निर्माण होणार आहे. थोडक्यात कुशल आणि

अकुशल अशा दोन्ही प्रकारच्या, सर्व उद्योगांतल्या कर्मचाऱ्यांचा तुटवडा निर्माण होणार आहे.

परंतु योग्य लोकांना कामावर नेमणं, ही काही सोपी गोष्ट राहणार नाही! योग्य कर्मचाऱ्यांना आकृष्ट करणं, त्यांच्या ठायी कामाबद्दल बांधिलकी निर्माण करणं आणि त्यांना नोकरीत टिकवून ठेवणं, हे प्रत्येक आधुनिक यशस्वी नेत्यापुढली आणि संस्थेपुढली आद्य आव्हान असणार आहे.

प्रत्येक फुटबॉल संघाच्या प्रशिक्षकाचं प्रमुख कर्तव्य असतं, योग्य खेळाडूंना आकृष्ट करणं, त्यांना घडवणं, त्यांना विकसित करणं, त्यांना सुसंघटित करणं आणि त्यांना प्रोत्साहन देऊन संघाची गुणवत्ता वाढवणं. प्रशिक्षकांना आणि संघाच्या मालकांना पूर्णपणे जाणीव असते की त्यांच्या संघाचं यश योग्य गुणवत्तेचे खेळाडू आकृष्ट करणं, टिकवणं आणि त्यांच्यात बांधिलकीची भावना निर्माण करणं, या गोष्टींशी निगडित असतं. योग्य गुणवत्तेचे खेळाडू शोधून काढून त्यांना विकसित करणं याला ते अग्रक्रम देतात, तर मग एखाद्या शासकीय व्यवस्थापकापुढला अग्रक्रम तरी वेगळा का असावा?

कंपनीचा उद्देश असतो, आपला विकास घडवणं. पुढला प्रश्न आहे : कर्मचाऱ्यांचं आद्य कर्तव्य काय असायला हवं? बरेच जण उत्तर देतील – कंपनीला आपलं उद्दिष्ट साध्य करायला मदत करणं. परंतु हे उत्तर चुकीचं आहे. कर्मचाऱ्याच्या कर्तव्याचा हा एक भाग नक्कीच आहे, परंतु कर्मचाऱ्याचं आद्य कर्तव्य आहे – आपल्या गुणवत्तेची उंची वाढवण्यासाठी धडपडणं. अतिरिक्त व्यवस्थापकीय सिद्धान्त आणि कार्यपद्धतीनुसार कंपनीसाठी लोकांचं अस्तित्व असतं. वस्तुत: कंपनीचं अस्तित्व लोकांसाठी असतं. जेव्हा एखाद्या कंपनीला विसर पडतो की, ग्राहक सेवेसाठीच तिचं अस्तित्व आहे, तेव्हा ती कंपनी रसातळाला जाते. कंपनीचे कर्मचारी हेच तिचे पहिले ग्राहक असतात आणि हे ग्राहक अतिशय प्रभावी असतात.

आपली गुणवत्ता वाढवणं हे प्रत्येकाचं आद्य कर्तव्य आहे.

कर्मचाऱ्याला आपली गुणवत्ता वाढवता येईल, आपल्या कुवतीचा विकास करता येईल, असं वातावरण निर्माण करून त्या जोडीला कंपनीचासुद्धा विकास घडवणं ही गोष्ट अनेकांना अशक्य कोटीतली वाटू शकेल; काहींना ह्या गोष्टी परस्परविरोधी वाटू शकतील. प्रत्यक्षात ह्या दोन्ही गोष्टी परस्परपूरक आहेत.

एका संचालकानं आणि त्याच्या व्यवस्थापकीय संघानं, बांधिलकी गमावलेल्या कर्मचाऱ्यांमध्ये, बांधिलकी आणि निष्ठा पुनर्स्थापित करून धंद्यात परिवर्तन कसं घडवून आणलं, ह्याची ही कहाणी आहे.

ह्या कहाणीतून उलगडत जाणारं रहस्य आपल्याला साक्षात्कार घडवतं की, केवळ कामाच्या जागीच नव्हे, तर आपल्या जीवनातील प्रत्येक बाबीत आपल्याला कोणती गोष्ट प्रेरणा देते? तुम्ही एका मोठ्या संस्थेचे शासकीय संचालक असा किंवा छोट्याशा खात्याचे प्रमुख असा, शाळेचे मुख्याध्यापक, फुटबॉल संघाचे प्रशिक्षक असा किंवा तुमच्या कुटुंबातील ऐक्य टिकवून धरण्यासाठी धडपडणारा पालक असा, नाहीतर रोजच्या कामांचा अन्वयार्थ लावायचा प्रयत्न करणारा एक साधासुधा कर्मचारी असा... तुमचं आयुष्य कायमचं बदलून टाकेल असं काहीतरी तुम्हाला गवसणार आहे....

भाग एक

नैराश्य

आणखी एक दिवस

सायमन रॉबर्ट्सला काहीतरी चुकल्या-चुकल्यासारखं वाटत होतं. आणखी एक ढगाळ दिवस उजाडला होता. रहदारीतून वाट शोधत पुढे जाताना तो त्याच्या आयुष्याबद्दल विचार करू लागला आणि विचारांचा ओघ त्याच्या व्यवसायाकडे वळला; त्याचं काम इतकं यंत्रवत बनलं होतं की, त्याचा सगळा उत्साहच गेला होता. त्याला अगदी विझून गेल्यासारखं वाटू लागलं होतं. सायमन अजिबात आळशी माणूस नव्हता. आव्हान पेलायची त्याला हौस होती, पण आजकाल नोकरीवरून त्याचं मन उडून गेल्यासारखं झालं होतं आणि ही गोष्ट त्याला डाचत होती. काहीतरी बदल घडवणं गरजेचं होतं; परंतु कुठे बदल घडवायचा आणि त्याला कसा प्रारंभ करायचा हे त्याला उमगत नव्हतं.

चार वर्षांपूर्वी त्यानं 'ॲडमिरल जॅनिटोरियल सर्व्हिसेस' ह्या कंपनीत नोकरी धरली होती. कारण समस्यांवर तोडगा शोधणं आणि लोकांना बरोबर घेऊन कामं पार पाडणं, ह्या गोष्टीची त्याला मनापासून आवड होती.

त्याच्या बिझनेस कार्डवर त्याचा हुद्दा लिहिलेला होता 'जनरल मॅनेजर' परंतु गेल्या चार वर्षांचा आढावा घेतल्यावर सायमनला स्पष्टपणे जाणवलं की, त्याचा बराचसा वेळ त्यानं सोडून गेलेल्या माणसांच्या जागी नवी माणसं शोधणं आणि भरती करणं यातच खर्च केलेला होता. 'कर्मचारी भरती प्रमुख' किंवा 'नेमणूक प्रमुख' हेच बिरुद त्याला शोभलं असतं – कारण त्याचा पंचाहत्तर टक्के वेळ, रिकाम्या जागा भरण्यासाठी माणसं शोधण्यातच खर्च होत होता.

परंतु 'टर्न ओव्हर' किंवा 'सोडून गेलेल्या माणसांच्या जागी नेमणूक' हा शब्द त्याच्या कंपनीत वर्ज्य होता.

'माणसांनी नोकऱ्या सोडून बाहेर पडणं,' ह्या समस्येला अनेक कंपन्या आज तोंड देत आहेत आणि माणसं टिकवून धरणं हा आज एक यक्षप्रश्न बनला आहे, ही गोष्ट सत्य आहे. तुमच्या कंपनीतली माणसं सोडून जात आहेत असं तुम्हाला वाटत असेल, तर स्वच्छतागृहं साफ करायला माणसं शोधून पाहाच एकदा! सायमन गेली चार वर्षं त्याचा बहुतांश वेळ या कामासाठीच खर्च करतो आहे. तो काम करत असलेल्या, 'ॲडमिरल जॅनिटोरियल सर्व्हिस' ह्या कंपनीत फक्त ४००च्या आसपास कर्मचारी आहेत आणि त्यांचं दरवर्षीचं सोडून जाण्याचं प्रमाण ४०० टक्के आहे. ह्या प्रकारच्या कामातील कंपन्यांच्या सरासरीहून ते थोडंसंच जास्त आहे. कर्मचाऱ्यांचं मनोबल आणि सांघिक ऐक्य ओहोटीला लागलं आहे, हे उघडच आहे.

ॲडमिरल कंपनीच्या मुख्य कार्यालयाच्या पार्किंग

लॉटमधील ठरावीक जागी गाडी लावताना सायमनला गळून गेल्यासारखं वाटत होतं आणि आजचा दिवस आपण कसा पार पाडू शकू ही शंका त्याच्या मनात दाटलेली होती. त्याचा मुलगा लहान असताना जी 'विनी द पू' ही टेप सतत ऐकत असे, त्याचे शब्द त्याच्या डोक्यात सारखे घुमत होते आणि... If you do what you have always done, you'll get what you have always gotten. (तू जे काम करत आहेस; तेच काम तू नेहमीच करत राहिलास, तर तुला तेच फळ मिळेल.) ह्या ओळींवर ते गाणं अडकून, त्याच ओळी वारंवार उच्चारत होतं.

माणसं सोडून जाणं किती महागात पडतंय?

"मला ते भलतंच महागात पडतंय!" दारातून आत येत ग्रेग जोरात म्हणाला. खोलीत शिरताना दारावर टिचकी मारून पूर्वसूचना द्यायचं सौजन्य तो कधीच पाळत नसे, पण तो कंपनीचा मालक होता! त्याच्या वागण्याला कोण आक्षेप घेणार?

केवळ सतरा वर्षांचं वय असताना ग्रेगनं 'ॲडमिरल' कंपनीची स्थापना केली आणि गेल्या पंचवीस वर्षांत त्यानं एका माणसापासून चारशे माणसं पदरी ठेवण्याएवढा व्यवसाय वाढवला.

आज तो एक यशस्वी आणि सधन उद्योजक गणला जातो, परंतु जेव्हा-जेव्हा लोक त्याला 'तो काय करतो?' असं विचारतात. तेव्हा-तेव्हा तो न चुकता उत्तर देतो – 'मी जॅनिटर (पहारेकरी/व्दारपाल) आहे'. अधून-मधून तो उच्चभ्रूंच्या 'ब्लॅक टाय' पार्ट्यांना उपस्थित राहतो आणि त्याचं हे उत्तर ऐकून लोक हसतात. त्यांना वाटतं की, तो थट्टेनंच असं म्हणतोय.

ग्रेग हा जोखीम उचलून नव्या व्यवसायात उडी घेणारा

एक धाडसी उद्योजक आहे. तो कुणालाही कोणतीही गोष्ट विकू शकतो आणि इतर कुणाच्याही लक्षात येण्यापूर्वीच बदलांची दिशा आणि उदयाला येणारी नवी संधी त्याला जाणवते, परंतु कधीकधी त्याचंही भान सुटतं किंवा संतापानं तो आततायीपणासुद्धा करतो. म्हणूनच त्यानं चार वर्षांपूवी सायमनची नियुक्ती 'प्रमुख व्यवस्थापक' (जनरल मॅनेजर) या पदावर केली.

"कोणती गोष्ट तुला भलतीच महागात पडतेय?" सायमननं ग्रेगला प्रतिप्रश्न केला; परंतु ग्रेग कशाबद्दल शेरा मारतोय, हे सायमनला मनोमन उमगलं होतं.

"माणसं सोडून जाणं!" ग्रेगनं वैतागून म्हटलं.

सायमननं शुक्रवारी संध्याकाळी महिना अखेरीचा अहवाल, ग्रेगच्या टेबलावर ठेवून दिलेला होता. त्या अहवालात गेल्या तीन महिन्यांचे कर्मचाऱ्यांच्या राजीनाम्यांचे आकडे दिलेले होते. गेल्या तीन महिन्यांचं – ॲडमिरल कंपनीचं कर्मचारी राजीनाम्याचं प्रमाण १०७ टक्के होतं. याचाच अर्थ दुसऱ्या शब्दांत असा होता की, गेल्या नव्वद दिवसांत ४२८ कर्मचारी कंपनी सोडून इतरत्र गेले होते.

"ह्याची आपण किती किंमत मोजतोय हे नेमकं सांगणं कठीण आहे," सायमन म्हणाला, "काही-काही जागा तीन महिन्यांत तीनदा भराव्या लागल्या आहेत. त्या जागा भरण्याचापण खर्च तर वाढतोच, पण अप्रत्यक्ष तोटाही होतो. कारण माणसं सोडून गेली की, उरलेल्या कर्मचाऱ्यांचं मनोबल, कार्यक्षमता आणि ग्राहक संबंध यांच्यावरसुद्धा प्रतिकूल परिणाम होतो. गेलं वर्षभर मी तुला सांगायचा प्रयत्न करतोय की, ही मोठी गंभीर समस्या आहे!"

ग्रेगनं मान डोलावली – "हो! हो! मला कबूल आहे. आता ह्या समस्येपायी आपले ग्राहकसुद्धा आपल्याला सोडून चालले आहेत. आज मला 'पी ॲन्ड जी' (प्रॉक्टर

ॲन्ड गॅबल)मधल्या चार्लीचा फोन आला होता. तो म्हणाला की, 'तो आपल्याला ९० दिवसांच्या कराराची, धोक्याची सूचना पाठवतोय; त्याचं म्हणणं आहे की, आपले कर्मचारी कामात कुचराई करताहेत आणि सतत नवी माणसं कामावर आलेली दिसाताहेत; त्याचं म्हणणं आहे की, सेवेचा दर्जा घसरत चालला आहे.'

सायमन मती कुंठित झाल्याप्रमाणे ग्रेगच्या तोंडाकडे नुसता पाहात राहिला –

ग्रेग पुढे म्हणाला, "माझा मुद्दा तुझ्या डोक्यात शिरला का? त्यांचा पगार वाढव त्यामुळे त्यांना टिकवता येईल; नाही का?"

"त्यामुळे त्यांना टिकवता आलं तर आनंदच आहे, पण तसं होईल याची मला खात्री वाटत नाही. नुसते पैसे फेकून समस्या दूर होईल, असं मला वाटत नाही. इतकी माणसं कोणत्या कारणामुळे नोकरी सोडून चालली आहेत, कोणत्या समस्येमुळे ती काम सोडत आहेत, हे शोधायचा आपण प्रयत्न करू या."

"याचा छडा आपण कसा लावणार?" ग्रेगनं विचारलं. सायमन म्हणाला, "आपण त्यांनाच विचारूयात."

"हूं!" ग्रेग म्हणाला. हा विचार त्याला शिवलाही नव्हता, हे उघडच होतं!

कर्मचाऱ्यांशी संवाद

दुसऱ्या दिवशी सकाळी, सायमन आणि ग्रेग 'फर्स्ट वॉच' ह्या उपाहारगृहात कर्मचारी सोडून जाणाच्या समस्येबद्दल पुढील चर्चेसाठी एकत्र आले. वातावरण सुखदायक होतं. अन्नपदार्थ आणि सेवा उकृष्ट होती, त्यामुळे सायमनला नाश्ता घेत चर्चा करण्यासाठी ही जागा आवडत असे.

“तर मग तू कर्मचाऱ्यांमध्ये फिरून – ‘लोक का सोडून चालले आहेत’ अशी थेट पृच्छा करणार?” ग्रेगनं अर्धवट गंभीरपणे, अर्धवट उपरोधानं प्रश्न विचारला.

“ग्रेग, एक गोष्ट आपण लक्षात घेतली पाहिजे की – आपल्या व्यवसायाबद्दल आपल्याला माहीत नसलेल्या गोष्टी त्यांना माहीत असतात. गेल्या महिन्यात मी ‘अमेरिकन एअरलाइन्स’च्या अध्यक्षाबद्दल एक लेख वाचला. रिकाम्या झालेल्या विमानाच्या टाक्यांमध्ये पुन्हा इंधन भरण्याच्या खर्चामुळे कंपनीचं कंबरडं मोडलं होतं. विशेषत: ज्या-ज्या विमानतळांवर विमानांमध्ये इंधन भरण्यासाठी त्यांना इतर विमानकंपन्यांबरोबर करार करावे लागले होते, तिथे हा खर्च खूपच जास्त होता. अमेरिकन एअरलाइन्सच्या अध्यक्षानं याच संदर्भात – त्यांच्या कार्यकारी संचालक मंडळाशी चर्चा करूनही – त्याला तोडगा सापडत नव्हता. तो याच समस्येवर विचार करत होता, त्यामुळे डॅलस शहराच्या मध्यवर्ती भागातल्या त्याच्या कचेरीतून तो फोर्ट वर्थ गावात असलेल्या – ‘मेन्टेनन्स’ (डागडुजी आणि दुरुस्ती) विभागात गेला आणि दोन-चार कर्मचाऱ्यांना एकत्र आणून त्यानं त्यांना आपली समस्या सांगितली आणि त्यांच्या मते ‘या समस्येवर कोणता तोडगा आहे,’ असा प्रश्न विचारला.”

सायमन ग्रेगला पुढे म्हणाला, “हे कर्मचारी एकमेकांकडे बघत राहिले. काहींनी पुसटसं स्मित केलं, काहींनी मान हलवली. त्या सर्वांना समस्येवरला तोडगा ठाऊक होता. तोडगा होता विमानं डॅलसमध्ये असतानाच लॉस अँजेलिसला जाऊन डॅलसला परत यायला पुरेल, एवढं इंधन भरायचं. असं केल्यामुळे थोडं जास्त इंधन खर्च झालं असतं आणि विमान उतरवताना वेळ लागला असता, तर लॉस अँजेलिसला थोडंसं इंधन भरावं लागलं असतं; परंतु लॉस अँजेलिसमध्ये विमानात पूर्ण इंधन भरण्यासाठी दुसऱ्या विमानकंपनीबरोबर

करार करण्यापेक्षा हे खूपच स्वस्त पडलं असतं. ह्या साध्यासुध्या तोडग्यामुळे येत्या वर्षभरात, अमेरिकन एअरलाइन्सचे लक्षावधी डॉलर्स वाचले... इंधनाच्या किमती वाढत असतानासुद्धा त्यांची इंधनखर्चात बचत झाली.''

सायमनच्या बोलण्यावर ग्रेग विचार करत असतानाच सायमन पुढे म्हणाला, ''आपल्या धंद्याबाबत आपल्या लक्षात न आलेल्या अनेक गोष्टी आपल्या कर्मचाऱ्यांना ठाऊक असतात. इतके लोक नोकरीवर येऊन लगेचच नोकऱ्या का सोडून देत आहेत, हा प्रश्न आपल्या कर्मचाऱ्यांना विचारण्यासाठी आपण एक सर्वेक्षण करू या.''

''सर्वेक्षण? किती खर्च येईल त्याला?'' ग्रेगनं विचारलं. खर्चामुळे नफा किती घटेल, या काळजीनं तो सतत पछाडलेला असे.

खांदे उडवून सायमन म्हणाला, ''मला अजून ठाऊक नाही, पण मला वाटतंय की, तेवढा खर्च आपण करावा. आपले कर्मचारी आपल्याला जी उत्तरं देतील, ती ऐकून तू थक्कच होशील! दररोज खंदकात राहून धंद्याची लढाई लढणाऱ्यांएवढं धंद्याबाबतचं ज्ञान अन्य कुणालाही नसतं! तुझ्या कर्मचाऱ्यांना विचारून बघ, तुला वाटतंय त्याहून त्यांना खूप जास्त ठाऊक असणार आहे.''

प्रारंभीचं सर्वेक्षण

सर्वेक्षणासाठी काही सोप्या प्रश्नांची जुळवाजुळव करण्यात सायमननं पुढला आठवडा खर्च केला. त्याच्यापुढे एकच उद्दिष्ट होतं : इतके कर्मचारी का सोडून चालले आहेत, याचा छडा लावणं.

येत्या सोमवारी सकाळी 'ॲडमिरल' कंपनीच्या ४०७ कर्मचाऱ्यांपैकी प्रत्येकाच्या हाती सर्वेक्षणाची प्रश्नपत्रिका देण्यात आली.

सुरुवातीला कर्मचाऱ्यांचा विरोध होता. सर्वेक्षणाबाबत काहींनी खिल्ली उडवली. काही संशयग्रस्त होते आणि बरेचसे कर्मचारी सावधगिरीनं वागत होते, हे स्पष्टपणे जाणवत होतं. त्यांचा दोष नव्हता. त्यांना हे सर्वेक्षण सर्वथा अनपेक्षित होतं. नेहमीच्या घटनांपेक्षा हे सर्वस्वी निराळं होतं.

'नोकऱ्या सोडून माणसं बाहेर का पडताहेत, हे ते मला का विचारत आहेत? सोडून गेलेल्या माणसांनाच ते हा प्रश्न का विचारत नाहीत?' असं एक कर्मचारी लंचरूममध्ये बोलत असताना सायमननं ऐकलं.

कर्मचाऱ्यांच्या वेळापत्रकाचं, त्यांच्या शिफ्ट्सचं व्यवस्थापन करणाऱ्या काही धीट व्यवस्थापकांनी थेट सायमनकडे, त्याच्या ऑफिसात येऊन त्याला विचारलं की, त्याला खोदखोदून कोणती माहिती काढायचीय. सायमननं त्यांना धीर दिला, त्यांना प्रामाणिकपणे उत्तरं द्यायची विनंती केली आणि त्यांच्या हाताखालच्या लोकांनासुद्धा त्यांनी प्रामाणिक उत्तरं देण्यासाठी उत्तेजन द्यावं, अशी विनंती केली.

सायमन म्हणाला, "सर्वेक्षणाच्या प्रश्नपत्रिकांवर त्यांनी त्यांची नावं लिहिणं गरजेचं नाही. प्रश्नपत्रिकेतील प्रश्नांची फक्त उत्तरं देऊन त्यांनी त्या परत केल्या तरी चालेल." सायमननं त्यांना असंही समजावलं की, "सर्वेक्षणाच्या पहिल्या पानावरच्या मी लिहिलेल्या पत्रात मी सांगितलंच आहे की, दर महिन्याला सोडून गेलेल्या कर्मचाऱ्यांच्या डझनावारी जागा पुन्हा भरून काढत हा धंदा पुढे नेता येणार नाही. यातून मार्ग काढणं अत्यंत आवश्यक आहे – आणि काम सोडून माणसं कंपनीबाहेर का पडत आहेत, याचं उत्तर आपल्या कर्मचाऱ्यांएवढं अन्य कुणालाही माहीत असणं शक्य नाही."

लवकरच म्हणजे दोन आठवड्यांतच सर्वेक्षणाची उत्तरं हाती पडायला लागली, ॲडमिरलच्या कर्मचाऱ्यांपैकी १८७ लोकांनी सर्वेक्षणाच्या प्रश्नपत्रिका भरून दिल्या, कुणाच्याही अपेक्षेपेक्षा उत्तम प्रतिसाद मिळाला होता... सायमनचे कर्मचारी त्याला काय बरं म्हणाले?

सायमननं गुरुवारी दुपारी साडेचार वाजता सर्वेक्षणाच्या पत्रिका एकामागोमाग एक वाचायला सुरुवात केली. तासाभरानं तो थांबला, त्यानं विचार केला आणि त्याच्या चेहऱ्यावर स्मित उमटलं. "कारण किती लख्ख दिसतंय... तरीही आम्हाला ते उमगलं नव्हतं," तो स्वत:शीच म्हणाला.

पुढाकार

ॲडमिरल कंपनीत माणसं न टिकण्यामागचं कारण पैसा हे नव्हतं. अन्य सवलती हे कारण नव्हतं. तर ते कारण होतं, परिवहनाबाबतची अडचण. सर्वेक्षणाच्या प्रश्नपत्रिकांमध्ये भरून दिलेल्या उत्तरांनुसार वाहतुकीच्या साधनांचा त्रास ही प्रमुख अडचण होती.

सायमन ग्रेगला म्हणाला, "ग्रेग, आपल्याला ह्या गोष्टीची पुसटशीही कल्पना नव्हती. आपल्याला ही अडचण बापजन्मी उमगली नसती, कारण दैनंदिन जीवनात आपण आपल्या मोटारगाड्या गृहीत धरून चालतो! ही माणसं कामाच्या जागेच्या जवळपास राहात नाहीत. त्यांच्यापैकी बऱ्याचशा लोकांकडे मोटरगाड्या नाहीत किंवा मोटरचालकाचा परवानासुद्धा नाही. भरीसभर त्यांच्या कामाच्या वेळा अशा आहेत की, त्यावेळेस वाहतुकीची सार्वजनिक साधनं उपलब्ध तरी नसतात किंवा ती वापरणं सुरक्षिततेचं नसतं. शहरातल्या काही धोक्याच्या जागी बाहेर उभं राहून बसची वाट पाहणं, हा शहाणपणा ठरेल?" ग्रेगचा

विश्वास बसत नव्हता, म्हणून सायमननं त्याला हे समजावून सांगितलं.

"मला वाटलं होतं, ते कारण निघालंच नाही! मला वाटलं होतं की, ते 'पैसे' हे कारण देतील," ग्रेग म्हणाला.

सायमननं स्मित केलं. तो म्हणाला, "गल्लत करू नकोस. त्यांना आणखी पैसे हवे आहेतच, परंतु 'वाहतुकीच्या साधनांची अडचण' हे उत्तर 'पैसे' यापेक्षा दुपटीनं जास्त आढळलं आहे."

ग्रेगनं विचारलं, "ठीक आहे. मग आपण काय करू या? त्या सर्वांना मोटरगाड्या विकत घेऊन द्याव्यात, असं तर तू सुचवणार नाहीस ना?"

ग्रेगच्या प्रश्नातल्या गर्भित उपहासाकडे दुर्लक्ष करून सायमन म्हणाला, "माझ्या चमूनं काही कल्पना समोर मांडल्या आहेत, कार-पूल करावा ही त्यातली एक सूचना आहे, परंतु ही कल्पना बेभरवशाची आहे. आपल्या कर्मचाऱ्यांना त्यांच्या मोहोल्ल्यांमधून कामाच्या जागांवर पोहोचवण्यासाठी आपल्याला बसनं त्यांची ने-आण करायची व्यवस्था तयार करणं गरजेचं ठरणार आहे."

ग्रेगनं सायमनकडे क्षणभर रोखून पाहिलं. मग तो म्हणाला, "सायमन, तू आता अतिरेक करतोयस. एक तर तू दारू झोकली आहेस किंवा तुला दारू प्यायची गरज आहे."

सायमन म्हणाला, "ग्रेग, तू म्हणाला होतास की, कर्मचाऱ्यांच्या सोडून जाण्यावर तुला आळा घालायचा आहे. आणखी पैसे तू त्यांच्या तोंडावर फेकू शकशील, परंतु त्याचा फारसा उपयोग होणार नाही. त्यांनी सोडून जाऊ नये असं तुला प्रामाणिकपणे वाटत असेल, तर त्यांच्या जाण्यायेण्याचा प्रश्न सोडवल्यामुळे सर्वांत जास्त मदत होईल. कर्मचाऱ्यांनी हे स्पष्टपणे नमूद केलं आहे.

आता त्यांची अडचण दूर करण्याबाबत आपल्याला पावलं उचलता येतील आणि ते करता-करता आपण त्यांचा विश्वास संपादन करू शकू आणि त्यांचं मनोबल वाढवू शकू. या दोन्ही गोष्टींमुळे त्यांची कार्यक्षमता आणि उत्पादनक्षमता वाढेल. आणि जर आपण त्यांच्या समस्येकडे दुर्लक्ष केलं तर माणसं सोडून जातच राहतील. मुख्य प्रश्न सुटणार नाही!''

ग्रेग म्हणाला, ''पुढला प्रश्न विचारायची मला धास्ती वाटतेय!''

त्याला थोपवत सायमन म्हणाला, ''तसं असेल, तर तो प्रश्न विचारू नकोस. तो प्रश्न नाहीतरी चुकीचाच आहे, 'त्यामुळे आपला खर्च किती वाढणार आहे?' हा प्रश्नच चुकीचा आहे. 'यामुळे आपले किती पैसे वाचणार आहेत?' हाच योग्य प्रश्न ठरेल. नोकऱ्या सोडून गेलेल्या माणसांच्या जागा भरण्याचा खर्च कर्मचाऱ्यांच्या वार्षिक वेतनाच्या २५ टक्के ते १५० टक्के असतो. सोडून गेलेली व्यक्ती व्यवस्थापक किंवा संचालक असेल, तर हाच आकडा १०० टक्के ते २२५ टक्के असतो. याचाच अर्थ असा की, आपल्या आताच्या पगाराच्या आकडेवारीनुसार माणसं सोडून गेल्यामुळे आपल्या कंपनीला दर वर्षी वीस लक्ष डॉलर्स एवढा भुर्दंड सोसावा लागतोय; म्हणजेच महिन्याला एक लक्ष सत्तर हजार किंवा आठवड्याला चाळीस हजार डॉलर्स एवढा खर्च कंपनीला सोसावा लागतोय.''

ग्रेगनं सायमनकडं एक तीव्र कटाक्ष टाकला, परंतु सायमनचं बोलणं संपलेलं नव्हतं.

''मी माझ्या चमूला सांगितलंय की, त्यांनी दोन पर्याय सुचवावेत आणि त्यांच्या खर्चाचा अंदाज बांधावा. त्या आधारे, महिना बारा ते पंधरा हजार डॉलर्स खर्चून, आपल्याला कर्मचाऱ्यांसाठी शटल् बसची सुविधा पुरवता येईल, असा

माझा अंदाज आहे. त्यामुळे कर्मचारी सोडून जायचं प्रमाण निदान २० टक्क्यांनी घटेल असं मला वाटतं. ग्रेग, तूच हिशोब कर. तीन महिने जाऊ देत. त्यानंतर तुला अंदाज येईल. प्रत्यक्षात त्यापूर्वीच तुला कळेल.''

ग्रेग नाखुशीनं कबूल होत म्हणाला, ''ठीक आहे, पण जर तुझा अंदाज चुकला –''

सायमननं त्याचं वाक्य अर्ध्यावरच तोडून म्हटलं, ''ग्रेग, तू धमकी देण्याची गरज नाही; कारण सध्या जी परिस्थिती आहे, त्यात मी घुसमटतोय. कर्मचाऱ्यांचं नोकऱ्या सोडून बाहेर पडणं आपल्याला रोखता आलं नाही, तर मला कामावरून काढून टाकण्याची वेळ तुझ्यावर येणारच नाही – मीच सोडून जाईन.''

पुढल्याच आठवड्यात शट्ल बसची योजना जाहीर करण्यात आली. तीन आठवड्यांत ती पूर्णपणे कार्यान्वित झाली. दिवसा ॲडमिरलच्या कर्मचाऱ्यांना, शहरातील चार प्रमुख विभागांतून – बसनं आणण्या-सोडण्याची व्यवस्था केली गेली. रात्री कर्मचाऱ्यांना थेट त्यांच्या घरातून आणण्या-सोडण्याची सोय करण्यात आली.

याचा परिणाम ताबडतोब जाणवला.

मानसिकतेतला बदल

पहिला बदल घडला कर्मचाऱ्यांच्या मानसिकतेत. व्यवस्थापकांच्या साप्ताहिक सभेत, व्यवस्थापकांनी ही गोष्ट ग्रेग आणि सायमनच्या निदर्शनास आणून दिली.

''त्यांच्यापैकी काहींना किती कृतज्ञता वाटतेय याचं शब्दांत वर्णन करणं शक्य नाही. काहींच्या बाबतीत ती दैनंदिन धडपड होती. त्यांना नोकरी करायचीय, नोकरीची त्यांना गरज आहे, परंतु आजवर त्यांना वाटत होतं की,

आपल्यासकट सर्वांना त्यांच्याबद्दल दु:स्वास वाटतोय.'' चार विभागीय व्यवस्थापकांमधला एक ब्रॅड नावाचा व्यवस्थापक म्हणाला.

दुसऱ्या विभागाचा व्हान नावाचा व्यवस्थापक म्हणाला, ''ही एक साधीशी सुविधा आहे, परंतु त्यामुळे त्यांच्या आयुष्यातली खडतर धडपड किंचित का होईना, कमी झाली आहे आणि त्याबद्दल त्यांना कृतज्ञता वाटतेय. आपल्या कंपनीनं आपली अडचण जाणून घ्यायचा प्रयत्न केला आहे, याचीच त्यांना अपूर्वाई वाटते आहे.''

ॲडमिरलचे सारेच कर्मचारी बसची सुविधा वापरत नव्हते. प्रत्यक्षात अर्ध्याहूनही कमी कर्मचारी ही सुविधा वापरत होते, परंतु ही सुविधा एक प्रभावी प्रतीकात्मक संदेश देऊन गेली.

ह्या सुविधेमुळे ॲडमिरल कंपनीमधल्या अनेक कर्मचाऱ्यांना दैनंदिन धकाधकीतून थोडीशी सुटका मिळाली. त्यांना कोणतंही काम करायची विनंती केली, तरी त्यांच्या वागणुकीत सकारात्मक बदल घडलेला ग्रेग आणि सायमनला जाणवू लागला. सहकार्याची नवी भावना दृष्टीस पडायला लागली. शत्रुत्वाचा पवित्रा नाहीसा होऊ लागला....

एका वर्षानंतर...

पुढल्या वर्षभरात कर्मचारी सोडून जाण्याचं प्रमाण ४०० टक्क्यांवरून २२४ टक्के एवढं खाली उतरलं. हे वर्ष तसं अवघडच गेलं. सोडून जाण्यापासून कर्मचाऱ्यांना थोपवणं ह्या गोष्टीला ॲडमिरलमध्ये अजूनही अग्रक्रम होता आणि ती त्यांची प्रमुख समस्या होती, परंतु या दिशेनं खरीखुरी प्रगती सुरू झाली होती. त्यावर्षी कंपनीला अभूतपूर्व नफा झालेला होता. सायमन आणि ग्रेग हे दोघेही जाणून

होते की कर्मचारी सोडून जाण्याचं प्रमाण घटणं, हे ह्या नफ्यामागचं मुख्य कारण होतं. त्या अनुषंगानं झालेल्या अन्य अप्रत्यक्ष फायद्यांमुळे नफ्यात भरच पडली होती.

आजारपणामुळे कामावर न येण्याचं प्रमाणसुद्धा आदल्या वर्षीपेक्षा ३१ टक्क्यांनी घटलं होतं, ही लक्षणीय बाब होती. कामावर उशिरा येण्याचं प्रमाण ६५ टक्केनी घटलं होतं. अन्य जागी पुरवल्या जाणाऱ्या ॲडमिरल कंपनीच्या सेवांबाबतच्या त्रैमासिक अहवालात व्यवस्थापकांनी नमूद केलं की, या दोन गोष्टींमुळे त्यांच्यावरल्या आणि त्यांच्या टीमवरच्या ताणात लक्षणीय घट झाली होती.

हा अहवाल ग्रेगच्या टेबलावर ठेवून सायमन ऑफिसबाहेर पडला.

त्या संध्याकाळी घरी जात असताना सायमनचं मन खऱ्याखुऱ्या समाधानानं भरून गेलं होतं. ही समस्या त्यानं पूर्णपणे दूर केलेली नाही, हे त्याला ठाऊक होतं. अजूनही खूप जण नोकऱ्या सोडत होते आणि त्या जागी त्याला नवी माणसं भरती करावी लागत होती, परंतु त्यानं एक क्रांतिकारी संकल्पना यशस्वीपणे राबवली होती आणि त्यामुळे त्याला अनोखी तृप्ती लाभली होती.

दुसऱ्या दिवशी सकाळीच ग्रेग सायमनच्या ऑफिसात त्याच्यासाठी बोनसचा चेक घेऊन आला.

“मी प्रांजळपणे कबूल करतो की, तुझ्या संकल्पनेच्या यशस्वितेबद्दल मला अजिबात खात्री वाटत नव्हती, पण सर्वेक्षण घेणं आणि शट्ल बसची सुविधा पुरवणं ह्या तुझ्या कल्पना अफलातून ठरल्या. लोकांवरला ताण कमी झालाय, हे मला स्पष्टपणे जाणवतंय. मला स्वतःला त्यामुळे कामावर येताना हलकं वाटायला लागलंय. अधूनमधून मी उद्धटपणे बोललो, तापटपणे वागलो, तरी मला तुझ्याबद्दल कृतज्ञता वाटतेय.”

सायमनचा आपल्या कानांवर विश्वासच बसेना. सायमनच्या मेंदूला, ग्रेगच्या शब्दांची नोंद घ्यायला क्षण-दोन क्षण लागले, तोवर ग्रेग मूळपदाला गेला होता.

“तू आणखी एक सर्वेक्षण कर!” असं ग्रेग म्हणाला तेव्हा सायमन आश्चर्यानं थक्क होऊन खुर्चीतून पडणारच होता. तो म्हणाला, “तुला तर माझ्या सर्वेक्षणांचा संताप येतो!”

“हो! हो! पण ती झाली भूतकाळातली गोष्ट! तुझी सर्वेक्षणं मला खर्चात पाडत होती, म्हणून मला ती नकोशी वाटत होती. आता ती मला पैसा मिळवून देत आहेत. कर्मचाऱ्यांच्या तक्रारींच्या यादीतली पुढली तक्रार कोणती याचा छडा लाव!” ग्रेग म्हणाला. “कोणती यादी?” त्याची फिरकी घेत सायमन म्हणाला. “कर्मचारी कोणत्या कारणांनी ‘ॲडमिरल’ सोडून जाताहेत ही यादी!” ग्रेग खोचपणे म्हणाला, “आणि आणखी एक साहाय्यक नेम. तुला त्याची गरज पडणार आहे. कर्मचारी सोडून जाणं, या समस्येचा आमूलाग्र परामर्श घेऊन आपण एक असाधारण संघ स्थापन करणार आहोत!”

भाग दोन

प्रारंभ

उघडपणे जाणवणारी गोष्ट

कामानं घेतलेला वेग संथ होऊ द्यायचा नाही, असा सायमननं चंग बांधला असल्यामुळे त्यानं ताबडतोब व्यवस्थापकांची सभा भरवली आणि पुन्हा एकवार तोच प्रश्न विचारला.

"आपण जोरदार प्रगती केलीय, पण ही समस्या समूळ नाहीशी करायची म्हटली, तर आपल्याला आणखी काम करणं आवश्यक आहे. मला वाटतं आपण पुन्हा एकवार तोच प्रश्न विचारला पाहिजे की, इतके कर्मचारी ॲडमिरल सोडून का जात आहेत?" सायमननं व्यवस्थापकांच्या चमूला म्हटलं.

बऱ्याचशा लोकांनी खांदे उडवले आणि म्हटलं, "आपण त्यांचे पगार वाढवू शकलो, तर माणसं टिकवून धरता येतील."

कधीकधी तुम्ही एखादी गोष्ट फार जवळून पाहात असाल, तर तिचं खरं स्वरूप तुम्हाला उमगत नाही.

जेव्हा सँड्रानं बोलायला सुरुवात केली, तेव्हा खोलीतील प्रत्येकाची मान तिच्याकडे वळली आणि, 'ही बया कोण आहे आणि ती का बोलतेय' असा भाव त्यांच्या चेहऱ्यांवर तरळला.

सँड्रा अँडरसन ही सायमनची नवी मदतनीस होती आणि ह्या सभेत तिनं उपस्थित राहावं, अशी सायमननं तिला विनंती केली होती. ती सहजी दबणारी व्यक्ती नव्हती आणि तिनं ठासून म्हटलं, "खरी समस्या अशी आहे की, ह्या नोकरीत कर्मचाऱ्यांना उज्ज्वल भविष्यकाळाची सुतराम शक्यता वाटत नाही."

खोलीतील प्रत्येक जण ही गोष्ट मनोमन जाणून होता. समस्येचं हेच खरं मूळ होतं, परंतु व्यवस्थापकांच्या ह्या संघाला हा प्रश्न तोडग्यापलीकडला वाटत असल्यामुळे कुणीही त्याचा उच्चार करत नव्हतं.

ॲडमिरलचा कार्यकारी व्यवस्थापक जेफ म्हणाला, "वायफळ चर्चा कशासाठी? आपण प्रामाणिकपणे कबूल करू या की, ह्या समस्येवर तोडगा उपलब्ध नाही. आपण सर्व जण हे मनोमन जाणून आहोत."

"खरोखरच तोडगा उपलब्ध नाही?" सँड्रानं त्याला डिवचत प्रश्न केला.

पीटर हा विभाग क्रमांक एकचा व्यवस्थापक होता. ह्या विभागाकडे मोठाली स्टेडियम्स आणि संगीतासाठीची सभागृहं स्वच्छ करायची जबाबदारी होती. आता तो जेफच्या समर्थनार्थ पुढे सरसावला.

"मला वाटतं जेफचं म्हणणं बरोबर आहे. ह्या समस्येवर तोडगा शोधणं, ही अशक्य कोटीतली गोष्ट आहे. स्वच्छतागृहं साफ करणं, ऑफिसांमध्ये झाडू मारणं आणि स्टेडियम्समधला कचरा उचलणं, या कामांमधून उज्ज्वल भविष्य जाणवणं शक्यतरी आहे का? हेच कटू सत्य आहे. आणि हे कटू सत्य आपण स्वीकारायलाच हवं. हायस्कूलमधलं एकतरी मूल जॅनिटर (पहारेकरी/व्दारपाल) बनण्याचं स्वप्न बाळगणार आहे का?"

सँड्रानं पीटरला उत्तर दिलं, "मला वाटतंय तुझं म्हणणं चुकीचं आहे!" सँड्राला या कंपनीत कामाला सुरुवात करून एकच आठवडा झाला होता, पण ती आपली मतं ठामपणे मांडायला अजिबात कचरत नव्हती. कदाचित कंपनीतला तिचा हा पहिलाच आठवडा असल्यामुळेसुद्धा ती बेधडकपणे बोलत असू शकेल. सायमनच्या पोटात गोळा आला. ग्रेग संतापून सँड्रावर बेलगाम तोंडसुख घेईल, अशी सायमनला मनोमन धास्ती वाटू लागली. ग्रेग अशा प्रतिक्रियेबाबत कुप्रसिद्धच होता. तो भडकला की, वस्तूंची फेकाफेक करून जोराजोरात ओरडायला लागायचा, परंतु त्यानं पुन्हा एकदा संयत प्रतिक्रिया व्यक्त करून सायमनला आश्चर्याचा धक्का दिला. त्यानं शांतपणे सँड्राला विचारलं, "सँड्रा, तुला काय म्हणायचंय हे जरा विस्तारानं समजावून देशील का?"

सँड्रानं घसा साफ केला आणि म्हणाली, "एकतर ह्या समस्येला पर्याय नसेल किंवा ही समस्या आपल्याला पुढील झेप घेण्यासाठीचा टेकू म्हणून वापरता येईल."

"कोणती झेप आणि कसला टेकू?" जेफनं छद्मी स्वरात विचारलं. इतर एक-दोघे त्याचा शेरा ऐकून फिदीफिदी हसले.

ग्रेग म्हणाला, "याबद्दल आणखी सांग पाहू."

सँड्रा म्हणाली, "ह्या सर्वांची काही स्वप्नं आहेत. त्यांच्या आजच्या नोकरीतून त्यांना त्यांची उद्याबद्दलची स्वप्नं कशी साकार करता येतील, याबद्दल आपण त्यांना मार्गदर्शन करणं गरजेचं आहे. नोकरीवरून माणसं सोडून गेल्याबद्दलचे अहवाल मी आठवडाभर बारकाईनं अभ्यासते आहे; त्यावरून मला दिसतंय की, प्रत्येक कर्मचाऱ्याला आपल्याला सरासरी सहा महिने नोकरीवर टिकवून धरता येतंय. वर्षापूर्वी हाच कालावधी फक्त तीन महिने होता. प्रत्येक माणूस आपल्याला नोकरीवर तीन वर्षं टिकवून धरता आला तर काय घडेल? आपल्या धंद्याचं स्वरूपच पूर्णपणे पालटेल."

सायमन म्हणाला, "तिचं म्हणणं बरोबर आहे. आताच्या नोकरीशी त्यांच्या सोनेरी स्वप्नांची आपल्याला सांगड घालता आली नाही, तर कर्मचाऱ्यांना टिकवण्याचा यक्षप्रश्न कधीही सुटणार नाही!"

जेफ म्हणाला, "तुझं म्हणणं तुला तरी पटतंय का? स्वप्नं आणि सोनेरी भवितव्यं? हे लोक अकुशल कामगार आहेत. ते सोनेरी स्वप्नं रंगवतील, हे शक्य तरी आहे का?"

सायमननं टोला परतवत म्हटलं, "तसं असेल तर त्यासाठीदेखील आपण त्यांना मदत करणं गरजेचं आहे!"

"ह्या नोकऱ्यांमधून प्रगतीची सुतराम शक्यता नाही. जॅनिटर (पहारेकरी/व्दारपाल) बनणं, हे कुणाचंही स्वप्नं असूच शकत नाही, ही वस्तुस्थिती आहे आणि ती आपण बदलू शकत नाही!" जेफ ठासून म्हणाला. टेबलभोवती बसलेल्या काही जणांच्या माना संमती दर्शवत हलू लागल्या.

सायमन नेट धरून म्हणाला, "मला वाटतंय की, आपण ते करू शकू. आपल्या कर्मचाऱ्यांची सध्याची परिस्थिती आणि त्यांचं आतापेक्षा उज्ज्वल भविष्य यांना सांधणारा पूल उभारायला आपण त्यांना नक्कीच मदत करू शकू. वर्तमान आणि सरस भविष्य यांना सांधणारा पूल असणार आहे, 'स्वप्नं'! ह्या नोकरीतूनसुद्धा उज्ज्वल भविष्यकाळ साध्य करता येणं शक्य आहे, हे आपण त्यांना पटवून दिलं पाहिजे. ते पटवून देण्यासाठी – आपण सोदाहरण सिद्ध करून दाखवायला हवं की, इथे नोकरी करतानासुद्धा ध्येयपूर्ती करणं शक्य आहे!"

प्रेरणादायी स्वप्नं

ही सभा बरखास्त झाली तेव्हा कोणताही ठोस निर्णय घेतला गेलेला नव्हता आणि जेफला त्याबद्दल आनंदच वाटतोय, हे ग्रेगच्या लक्षात आलं होतं.

थोड्या खिन्न मन:स्थितीत सायमन आपल्या ऑफिसात परत आला. गेलं वर्ष अमाप प्रगतीचं गेलं होतं आणि त्यामुळे त्याचं मन समाधान आणि चैतन्यानं भरून गेलं होतं, पण आता आपल्यापुढल्या उद्दिष्टांच्या आड मोठ्या अडथळ्यांची भिंत उभी आहे, हे त्याला जाणवत होतं. यावेळेस हा अडथळा ग्रेगमुळे नव्हता – तो संघातील इतरांमुळे होता.

तो थकूनभागून त्याच्या खुर्चीत कोसळला आणि खिडकीकडे वळला.

सायमनच्या खोलीत डोकावत ग्रेगनं त्याला विचारलं, "कसला विचार करतो आहेस?"

"कुणाच्याही ऑफिसात शिरण्यापूर्वी दारावर टक्ऽऽ टक्ऽ करण्याचं सौजन्य पाळावं असं तुला कधीही वाटत नाही?" सायमननं त्याला विचारलं :

हसत-हसत ग्रेगनं उत्तर दिलं, "कधीही नाही!" सायमन ग्रेगच्या मूळ प्रश्नाला उत्तर देत म्हणाला, "मी अनेक गोष्टींवर विचार करत होतो! अनेक गोष्टींवर!"

ग्रेग म्हणाला, "मला त्याबद्दल सांग; आज कधी नव्हे ती माझी सहनशक्ती वाढलीय आणि त्यातूनही दुर्मीळ गोष्ट म्हणजे आज मला इतरांचं म्हणणं ऐकून घ्यावंसं वाटतंय."

ग्रेग सायमनजवळ येऊन बसला आणि सायमननं बोलायला प्रारंभ केला. "तुम्ही लोकांना त्यांच्या नोकरीमधल्या कामाबद्दल सांगायची विनंती केली, तर एकतर ते सरधोपट घिसंपिटं उत्तर देतात किंवा आधी हजारो वेळा उगाळलेली अतिरंजित माहिती आपल्या तोंडावर फेकतात. त्या नोकरीतलं त्यांचं काम ते जीव ओतून करत असले, तरच हे उत्तर वेगळं असतं, पण जेव्हा तुम्ही लोकांना त्यांच्या स्वप्नांबद्दल विचारता तेव्हा बहुतांश वेळा त्यांच्या उत्तरात तुम्हाला उत्कटता आणि जोश दिसतो." ग्रेगनं विचारलं, "तुला काय म्हणायचंय?"

सायमन म्हणाला, "सँड्राच्या संकल्पनेत मला तथ्य दिसतंय.

आपली स्वप्नंच आपल्या कृतींना जोम देतात. लोकांचं दैनंदिन काम आणि त्यांची स्वप्नं यांची आपण सांगड घालून द्यायला हवी!''

त्याला नेमकं काय म्हणायचंय याचा उलगडा व्हावा म्हणून ग्रेग म्हणाला, ''म्हणजे नेमकं काय करायचं?''

सायमन म्हणाला, ''जगण्याच्या लढाईत बुडून गेलेल्या आपल्या कर्मचाऱ्यांच्या नाउमेद मनांमध्ये आपण पुन्हा स्वप्नं फुलवली पाहिजेत आणि त्यांच्या वठलेल्या मनात उमललेल्या स्वप्नांची पूर्ती करायला आपण त्यांना मदत केली पाहिजे. आपल्याला त्यात यश मिळालं, तर आपण कधी नाही एवढा त्यांचा विश्वास आणि निष्ठा मिळवू शकू. असं झालं, तर त्यांना त्यांच्या स्वप्नांबद्दल जेवढी आस्था आणि उत्साह वाटेल, तेवढाच त्यांना त्यांच्या दैनंदिन कामाबद्दलसुद्धा वाटू लागेल.''

पुढील काही मिनिटं ग्रेग अगदी शांत बसून सायमनच्या म्हणण्याबद्दल विचार करत होता.

सायमन पुढे म्हणाला, ''तू मला सांग, तुला तुझी स्वप्नं किती महत्त्वाची वाटतात?''

ग्रेगनं कबूल केलं, ''माझी स्वप्नं मला खूपच महत्त्वाची वाटतात.''

''तुझी स्वप्नं तुला क्रियाशील बनवतात?'' सायमननं पुढला प्रश्न केला. ग्रेग म्हणाला, ''अर्थातच मी माझं संपूर्ण आयुष्य माझ्या स्वप्नांमागे धावण्यात घालवलं आहे. पाठपुरावा करण्याजोगी स्वप्नं डोळ्यांपुढे नसली, तर मला उदासवाणं वाटतं. माझी स्वप्नंच मला रोज अंथरुणाबाहेर पडून काम करायला उद्युक्त करतात.''

''हो ना? मग तुझ्या कर्मचाऱ्यांची स्वप्नंसुद्धा तेवढीच महत्त्वाची आणि त्यांना कार्यप्रवण करणारी असतील की नाही?''

माणसं

दुसऱ्या दिवशी सकाळी सायमन कामावर हजर झाला, तेव्हा ग्रेग सायमनच्या आधीच त्याच्या ऑफिसात येऊन बसलेला होता.

"रात्री मला क्षणभरही झोप लागली नाही आणि तू त्याला जबाबदार आहेस." ग्रेग म्हणाला.

"का? काय झालं?" सायमननं विचारलं.

"सायमन, तुझ्या विचारांमध्ये मला खूप तथ्य दिसतंय आणि त्यामुळे मी जेवढा चिंतामग्न झालोय, तेवढाच मी उत्तेजितसुद्धा झालोय. मी तुझ्या सकाळच्या सगळ्या मीटिंग्ज रद्द करायची सँड्राला सूचना दिलीय. मला वाटतंय की, लोक आणि त्यांची स्वप्नं याबद्दल आपण आणखी चर्चा करणं गरजेचं आहे."

सायमन हसला. आजवर तो आणि ग्रेग फक्त दैनंदिन कामांबद्दलच बोलत आलेले होते. काय करणं गरजेचं आहे एवढंच ग्रेग त्याला सांगत असे आणि सायमन ते स्वत: करत असे किंवा कुणाकडून तरी ते करून घेत असे. इतक्या सैलावलेल्या मन:स्थितीत असलेला किंवा कशाबद्दल तरी तीव्रतेनं विचार करणारा ग्रेग त्याला आजवर दिसलेला नव्हता. परंतु नव्या मन:स्थितीतला ग्रेग सायमनच्या मनाला भावला आणि त्याच्याशी वार्तालाप करायची संधी त्याला प्रिय वाटली.

ग्रेग विषयाला तोंड फोडत म्हणाला, "तर मग कर्मचाऱ्यांबद्दल तुला नव्यानं काय जाणवलंय? तुझ्या काय लक्षात आलंय?"

सायमन म्हणाला, "आपले कर्मचारीही माणसं आहेत, याचाच आपल्याला विसर पडलेला होता. वॉलमार्टच्या दुकानांमध्ये त्यांच्या कर्मचाऱ्यांना 'सहकारी' (असोसिएट्स) हे बिरुद असतं. मॅकडोनल्ड्समध्ये त्यांना 'क्रू मेंबर्स' म्हणतात. स्टारबक्स कॉफी शॉपच्या कर्मचाऱ्यांना 'पार्टनर्स' म्हणतात. डिस्ने कंपनीत त्यांना

‘कास्ट मेंबर्स’ (नट) म्हणतात. आपल्या ॲडमिरल कंपनीत आपण त्यांना ‘टीम मेंबर्स’ (संघ सदस्य) म्हणतो. बऱ्याच ठिकाणी त्यांना केवळ कर्मचारी किंवा नोकरमंडळी म्हटलं जातं, परंतु ह्या सर्व बिरुदांमागे असतात तुझ्या-माझ्यासारखी माणसं याचाच आपल्याला विसर पडलेला असतो.’’ आपलं बोलणं ग्रेग मनापासून आणि रस घेऊन ऐकतोय हे सायमनला जाणवलं आणि तो पुढे म्हणाला, ‘‘मनुष्यप्राणी कोणत्या बाबतीत इतर प्राण्यांहून वेगळा आहे? मनुष्यप्राण्याची विशेषता आहे, त्याची उज्ज्वल भविष्यकाळ कल्पिण्याची क्षमता आणि आपल्या आशा-आकांक्षा सत्यात उतरवण्यासाठी पावलं उचलण्याची त्याची कुवत! यालाच ‘स्वप्नं सत्यात उतरवणं’ म्हणतात. सर्व थोर व्यक्ती, कुटुंब, संघ, संस्था आणि देश यांनी स्वप्नंच सत्यात उतरवून दाखवली, हो की नाही?’’

पुढे बोलण्यापूर्वी सायमन घोटभर पाणी पिण्यासाठी थांबला.

‘‘आपणच आपली स्वप्नं फुलवत असतो, परंतु जीवनाच्या दैनंदिन संघर्षात, लोकांना स्वप्नं बघण्याएवढी फुरसतच लाभत नाही. एकदा आपण स्वप्नं पाहायचं सोडून दिलं की, आपण निरुत्साही आयुष्य जगू लागतो आणि हळूहळू आपल्या जीवनातली जिद्द आणि ऊर्जा लोप पावू लागते.’’

ग्रेग म्हणाला, ‘‘तुझं बोलणं मला मोठं प्रेरणादायी वाटतंय, परंतु तुझी कल्पना कामाच्या ठिकाणी प्रत्यक्षात कशी उतरवता येईल किंवा त्यामुळे आपले कामगार नोकरीवरून निघून जाणं का थांबवतील, हे मला उमगत नाहीय. आपल्या कर्मचाऱ्यांच्या स्वप्नांची पूर्तता करण्यासाठी त्यांना मदत करणं ही आपली जबाबदारी आहे, हेच आधी मला पटत नाहीये.’’

सायमननं कबुली दिली, ‘‘मला स्वत:लाच ते काही शंभर टक्के समजलंय असं नव्हे! पण एका गोष्टीची मला मनोमन खात्री वाटतेय की, आपल्या कर्मचाऱ्यांचं दैनिक काम आणि त्यांची स्वप्नं यांची आपल्याला सांगड घालता आली, तर ते

ज्या जोमानं काम करायला लागतील, त्यामुळे आपल्या व्यवसायाचं सारं रूपच पालटून जाईल. 'आपल्या कर्मचाऱ्यांच्या स्वप्नांची पूर्तता करणं, ही काही आपली जबाबदारी नाही,' असा आपण युक्तिवाद केलातरी माझं त्यावर उत्तर आहे की, एकमेकांच्या स्वप्नांची पूर्तता करण्यासाठी मदत करणं, हा साऱ्या नात्यांचा पायाच नसतो का?'' सायमन म्हणाला.

ग्रेग आणि सायमन पुढले अनेक तास याबाबत चर्चा करत होते. अखेरीस कर्मचाऱ्यांना आणखी थोपवणं सँड्राला अशक्य झालं. त्यांच्या प्रश्नांची उत्तरं देणं गरजेचं होतं, आलेले फोन्स उत्तरांसाठी खोळंबलेले होते, पुढे ढकललेल्या मीटिंग्जची नवी वेळ कळवणं जरुरीचं होतं... आणि एवढा वेळ ग्रेग आणि सायमनची कशावर एवढी गंभीर चर्चा चाललीय याबद्दल प्रत्येकाला कुतूहल वाटत होतं. लोक त्याबद्दल आपसात तर्क लढवत होते.

निद्रारहित रात्र

त्या रात्री जागा राहून सायमन ग्रेगबरोबर झालेल्या चर्चेबाबत विचार करत होता. झोपी गेलेल्या त्याच्या पत्नीकडे – मेलनीकडे, तो बघत असताना त्याचे स्वतःचेच शब्द त्याच्या मनात वारंवार निनादत राहिले, 'एकमेकांच्या स्वप्नांची पूर्तता करण्यासाठी साहाय्य करणं, हा प्रत्येक नात्याचा पायाच नसतो का?'

ह्या वाक्याबद्दल विचार करताना त्याला जाणीव झाली की, आयुष्याच्या ह्या टप्प्यावर मेलनीची स्वप्नं काय आहेत, याची त्याला अजिबात कल्पना नव्हती.

जेव्हा त्यांची पहिली भेट होऊन त्यांचं प्रणयाराधन सुरू झालं होतं, तेव्हा त्यांनी एकमेकांची स्वप्नं जाणून घेतली होती. त्यावेळेस मेलनीचं स्वप्नं होतं विवाहबद्ध होऊन संसारात मुला-बाळांमध्ये रमणं. पण आता त्यांची मुलं मोठी होऊन घराबाहेर पडून सुद्धा खूप वर्षं झाली होती.

"आता तिची स्वप्नं काय असतील बरं?" सायमननं स्वत:लाच प्रश्न केला.

पुढल्या महिन्यात त्यांच्या विवाहाला पंचवीस वर्षं पूर्ण होणार होती आणि ह्या प्रदीर्घ कालावधीत त्यांनी त्यांच्या स्वप्नांबद्दल काहीही चर्चा केली नाही, याचा सायमनला खेद वाटायला लागला. 'आपल्याला काय करायचंय' याबद्दल त्यांनी चर्चा केली होती, आपल्या आणि आपल्या कुटुंबीयांच्या आयुष्यांच्या दिशांबद्दल दैनंदिन निर्णय घेतले होते, परंतु त्यांनी आपापल्या स्वप्नांबद्दल मात्र कधीही चर्चा केली नव्हती.

सायमन आपल्या झोपलेल्या पत्नीकडे बघत होता. श्वासोच्छ्वासानं तिचा ऊर धपापत होता. तिच्या पिंगट केसांची उशीवर पखरण झालेली होती. ह्या स्त्रीवर त्याचं मनापासून प्रेम होतं. पण तिची स्वप्नं काय होती?

आणि याहूनही गंभीर असा विचार त्याच्या अशांत मनाला छळू लागला. त्याला प्रश्न पडला, 'माझ्या स्वप्नांमागे पाठपुरावा करण्यात मी मग्न होतो, तेव्हा तिला तिच्या किती स्वप्नांना विसरावं लागलं असेल?'

त्याचं मन खिन्नतेनं भरून गेलं आणि त्याच्या डोळ्यांमध्ये अश्रू दाटून आले.

सकाळी मेलनी जागी झाली तेव्हा सायमन जागाच होता आणि तिच्याकडे एकटक पाहात होता. रात्रभर त्याचा डोळ्याला डोळा लागला नव्हता. ती जागी झालेली पाहून त्यानं तिला जवळ घेतलं. ती दोघे खूप वेळ एकमेकांच्या मिठीत पडून राहिली आणि भविष्याबाबतच्या आपापल्या स्वप्नांबद्दल बोलू लागली.

मग त्यांनी संपूर्ण सकाळभर त्यांना ज्या गोष्टी करण्याची, ज्या जागा पाहण्याची, ज्या गोष्टी जमा करण्याची, ज्या नात्यांवर लक्ष केंद्रित करण्याची इच्छा होती त्याबद्दल आणि अंत:करणातील साऱ्या स्वप्नांबद्दल एक यादी लिहून काढली.

त्यांनी आपापल्या स्वप्नांची यादी केली आणि एकमेकांना

शब्द दिला की, आजपासून ते एकमेकांच्या स्वप्नांबाबत जागरूकतेनं प्रयत्नशील राहतील. त्यांना अजून खूप पल्ला गाठायचा होता, परंतु त्या दिशेनं त्यांनी पहिलं पाऊल उचललं होतं.

समन्वय

मेलनीबरोबरच्या ह्या विचार-विनिमयानंतर सायमनला ॲडमिरल कंपनीत पुढलं पाऊल उचलण्याबाबत प्रेरणा मिळाली. पुढल्या आठवड्यात सँड्राच्या मदतीनं त्यानं पुढल्या सर्वेक्षणाचा मसुदा तयार केला.

त्या सर्वेक्षणाला त्यांनी शीर्षक दिलं, 'स्वप्नांचा शोध.' कर्मचारी आणि त्यांची स्वप्नं जाणून घेण्याच्या दृष्टीनं त्यांनी ह्या सर्वेक्षणातली प्रश्नावली तयार केलेली होती.

"यापूर्वी आपण त्यांना आपल्या कंपनीबाबत आणि त्यांच्या मते लोक आपली कंपनी का सोडून देत आहेत, याबाबत प्रश्न विचारले होते – आता आपल्याला जाणून घ्यायचंय की, कोणत्या गोष्टीमुळे ते काम करायला प्रवृत्त होतात?" सायमननं ग्रेगला आणि व्यवस्थापकांच्या संघाला समजावून सांगितलं.

एक विभागप्रमुख ओरडला, "पैसा!"

सायमन म्हणाला, "तुला वाटतंय ते खरंही असेल, पण माझा अंदाज आहे की लोकांना क्रियाशील करणारी प्रेरणा याहून बरीच गुंतागुंतीची असते."

स्वप्नांबाबतच्या सर्वेक्षणात फक्त एकच प्रश्न विचारण्यात आलेला होता. तो प्रश्न होता, 'तुमची स्वप्नं कोणती आहेत?'

हा प्रश्न पाहून काहींनी चमत्कारिक नजरेनं बघितलं, काहींनी ताशेरे झोडले. परंतु आतापर्यंत पहिलं सर्वेक्षण खूप गाजलं होतं; त्याला एका आख्यायिकेचं महत्त्व लाभलेलं होतं. पहिल्या सर्वेक्षणात भाग घेणारे जे कर्मचारी अजूनही टिकून राहिलेले होते, त्यांचा ठाम विश्वास होता की, ह्या सर्वेक्षणात मोकळ्या

मनानं भाग घेणं आणि प्रांजलपणे उत्तर देणं त्यांच्या हिताचं असणार आहे. आधीच्या सर्वेक्षणाबाबतच्या अनुभवावरून त्यांना खात्री वाटत होती की, सायमन आणि त्याचा संघ त्यांच्या उत्तरांची गंभीरपणे दखल घेईल.

जेव्हा सर्वेक्षणाची उत्तरं हाती पडायला लागली, तेव्हा एक गोष्ट अगदी स्पष्ट झाली की, ॲडमिरलच्या कर्मचाऱ्यांची आपापली स्वप्नं होती. सायमन आणि सँड्रानं पुढले दोन आठवडे सर्वेक्षणाच्या उत्तरांची छाननी करण्यात खर्च केले, त्यांनी कर्मचाऱ्यांच्या स्वप्नांचा आढावा घेतला आणि त्यांसारखी स्वप्नं शोधायचा प्रयत्न केला.

उत्तरं देताना कर्मचाऱ्यांनी विशद केलेल्या त्यांच्या स्वप्नांमध्ये विविधता होती. त्यांनी उत्तरं आगळी-वेगळी आणि उद्‌बोधक होती. सायमनच्या लक्षात आलं की, ज्या दैनंदिन गोष्टी तो गृहीत धरून चालत होता, त्याच गोष्टी काहींना भविष्यातील धूसर स्वप्नासारख्या वाटत होत्या. सायमनच्या लक्षात यायला वेळ लागला नाही की आपल्यासाठी आणि आपल्याबरोबर काम करणाऱ्या कर्मचाऱ्यांना, कामाला उद्युक्त करणारी प्रेरणाशक्ती कोणती आहे, याबाबत व्यवस्थापकीय समितीमधील अनेकांना पुसटशीदेखील कल्पना नाही.

सर्वेक्षणात भाग घेणाऱ्या काहींचं स्वप्न होतं – कॉलेज शिक्षण घेण्याचं. काहींना मोटरगाडी विकत घ्यायची होती. इतर काही जणांना सुट्टी घेऊन प्रवासाला जायचं होतं. एकानं इच्छा प्रकट केली होती, नाताळचा सण नीटपणे साजरा करता यावा अशी! तर आणखी एकानं इच्छा व्यक्त केली होती, त्याच्या मुलांचं राहणीमान याहून सुधारता यावं अशी! काही जणांना इंग्रजी भाषा शिकायची इच्छा होती, तर इतर काही जणांना स्पॅनिश भाषा शिकण्याची इच्छा होती. अनेक जणांना स्वतःच्या मालकीचा व्यवसाय हवासा वाटत होता.

परंतु कर्मचाऱ्यांच्या उत्तरांमधलं सर्वांत वारंवार आढळलेलं स्वप्न होतं, स्वतःच्या मालकीचं घर असण्याचं.

सर्वेक्षणात सहभागी होणाऱ्यांपैकी ६० टक्केपेक्षा अधिक लोकांनी नमूद केलं होतं की, आपल्या मालकीचं घर असणं, हे त्यांच्या स्वप्नांपैकी एक महत्त्वाचं स्वप्न होतं. सायमन स्वत:शीच म्हणाला, 'हे फारच विस्मयकारक आहे!'

नेमका त्याच क्षणी ग्रेग दरवाजातून आत शिरला. "तर मग काय वाटतंय तुला?"

"ग्रेग, ह्या सर्वांची काही स्वप्नं आहेत. त्यांची बहुतांश स्वप्नं अगदी साधीसुधीशी आहेत... आणि त्यांना त्यांच्या स्वप्नांची पूर्ती करायची संधी मिळायलाच हवी! आणि आपल्या स्वार्थाच्या दृष्टीनं विचार केला, तरीसुद्धा या लोकांचं एखादं स्वप्न जरी प्रत्यक्षात उतरवण्यासाठी आपल्याला मदत करता आलीतरी आपण त्यांची कृतज्ञता आणि निष्ठा भरभरून मिळवू शकू!" सायमननं उत्तर दिलं.

कर्मचाऱ्यांनी अपेक्षेपलीकडला प्रतिसाद दिलाय याची ग्रेगला जाणीव होती, परंतु त्यानं सायमनला डिवचण्यासाठी आणखी एक प्रश्न विचारला, "ते आपण कसं करायचं?" सायमन क्षणभर थांबला आणि मान उचलून म्हणाला, "त्याचं स्पष्ट उत्तर या घटकेला माझ्यापाशी नाही."

अलौकिक प्रतिभा आणि वेड

अलौकिक प्रतिभा आणि वेड यांमधली सीमारेषा धूसर असते आणि जेव्हा सायमन रविवारी सकाळी ग्रेगच्या घरी गेला तेव्हा आपण ह्या दोहोंपैकी कशात मोडतोय, याबद्दल त्याच्या मनात संदेह होता.

सायमनची मोटार ग्रेगच्या अंगणात येऊन थांबली, तेव्हा ग्रेग स्वत:ची मोटार धुवत होता. गेल्या पाच वर्षांत, सायमन त्याच्या घरी फक्त दुसऱ्यांदा आला होता. त्यामुळे ग्रेगच्या पोटात काळजीचा खड्डा पडला.

ग्रेगनं हिरवळीपलीकडनं प्रश्न विचारला, ''काय झालंय?''

सायमन म्हणाला, ''काही नाही. मी अचानक टपकलो त्याबद्दल माफी मागतो, पण मला वाटतंय की, आता माझ्या मनात योजनेचा आराखडा स्पष्ट झालाय.''

''कसली योजना?'' त्याची फिरकी घेत ग्रेगनं विचारलं.

''आपल्या कर्मचाऱ्यांची स्वप्नं आणि त्यांचं काम यांची सांगड कशी घालायची हे मला आता कळलंय,'' सायमन म्हणाला.

''बोलत राहा!'' ग्रेग त्याला म्हणाला.

सायमननं जाहीर केलं, ''आपल्याला 'ड्रीम मॅनेजर'ची – स्वप्नांच्या व्यवस्थापकाची – गरज आहे!''

''ही काय चीज आहे?'' कुतूहल आणि उपरोध यांमधोमध दोलायमान होत असलेल्या स्वरात ग्रेगनं विचारलं.

''ड्रीम मॅनेजर – स्वप्नांचा व्यवस्थापक – ही आपल्या कर्मचाऱ्यांना त्यांच्या स्वप्नांची पूर्ती करायला मदत करणारी व्यक्ती असेल,'' सायमननं समजावून सांगितलं.

''हा ड्रीम मॅनेजर ते कसं काय साध्य करणार? आणि जरी मी या वेडपटपणाला परवानगी दिली, तरी आपण हा ड्रीम मॅनेजर कुठून शोधून काढणार?'' ग्रेगनं विचारलं.

''हा ड्रीम मॅनेजर आपल्या कर्मचाऱ्यांना भेटेल, त्यांच्याबरोबर त्यांच्या स्वप्नांबाबत चर्चा करेल आणि ह्या स्वप्नांची पूर्तता करण्याची योजना आखायला त्यांना मदत करेल. आपले कर्मचारी महिन्यातून एकदा, त्यांच्या ड्रीम मॅनेजरची भेट घेऊ शकतील, त्यांनी साध्य केलेल्या प्रगतीचा आढावा घेतील आणि त्याबाबत पुढलं धोरण आखतील. ड्रीम मॅनेजर शोधताना आपण जीवनाबद्दलचा समुपदेशक आणि आर्थिक सल्लागार ह्या दोन्ही भूमिका निभावणारी व्यक्ती शोधायला हवी. कारण बऱ्याचशा स्वप्नांची पूर्ती करण्यासाठी आर्थिक नियोजन आवश्यक असतं.''

ग्रेग त्याच्याकडे अनेक क्षण टक लावून बघत राहिला आणि मग त्याला म्हणाला, ''जरा सबुरीनं घे! ह्याबद्दल विचार करण्यात तू पुष्कळ वेळ खर्च केलेला दिसतोस, खरं आहे ना?'' सायमननं होकारार्थी मान डोलावली.

''वेडा की काय तू!'' ग्रेग ओरडला.

''असेनही मी वेडा! पण ही योजना यशस्वी झाली तर किती फायदे होतील याचा विचार कर!'' सायमन म्हणाला थोडा नरमाईचा सूर लावून ग्रेग म्हणाला. ''किती खर्च येईल, या साऱ्याला?''

ग्रेग पैशांबाबतचा प्रश्न उपस्थित करणार हे सायमन जाणून होता; त्यामुळे त्यानं खर्चाचा ढोबळ अंदाज आधीच काढलेला होता. तो हसून म्हणाला, ''कर्मचाऱ्यांचं सोडून जाण्याचं प्रमाण घटल्यामुळे गेल्या वर्षभरात तुझे जे पैसे वाचले आहेत, त्यांपैकी २० टक्केपेक्षा कमीच पैसे वर्षभरासाठी ही संकल्पना राबवण्यासाठी खर्चावे लागतील. पण त्याऐवजी असा प्रश्न सयुक्तिक ठरेल, 'या संकल्पनेमुळे किती फायदा होईल?' ''

ग्रेग म्हणाला, ''सांग तर मग! किती फायदा होईल?''

''मला प्रामाणिकपणे वाटतंय की, ही संकल्पना नीटपणे राबवता आली, तर प्रचंड फायदा होईल. यामुळे केवळ पाचच वर्षांत तुझ्या नफ्याची टक्केवारी आणि धंद्याचा आकार दुपटीनं वाढेल. एवढंच नव्हे, तर माणसांचं व्यवस्थापन कसं करायचं ह्याबाबत आपण क्रांतिकारक फेरबदल घडवून आणू शकू आणि व्यवस्थापनाबाबतची ही नवी संकल्पना सर्वत्र दीर्घकाळ टिकेल.''

ग्रेगनं काहीच उत्तर दिलं नाही आणि तो गहन विचारात बुडून जाण्यापूर्वी सायमननं त्याचं लक्ष वेधून घेण्यासाठी त्याला प्रश्न विचारला, ''ग्रेग, माझ्या प्रश्नाचं उत्तर दे. ज्या लोकांनी तुला तुझी स्वप्नं साकार करायला मदत केलीय, त्यांच्याबद्दल तुला किती कृतज्ञता वाटते?''

ग्रेग म्हणाला, "अपरिमित!"

सायमननं त्याला प्रश्न केला, "तेवढीच कृतज्ञता तुझ्या कर्मचाऱ्यांनासुद्धा तुझ्याबद्दल वाटावी, असं तुला नाही का वाटत?"

ग्रेग म्हणाला, "वाटतं की! कुणाला नाही वाटणार?"

"आपल्या कर्मचाऱ्यांची कृतज्ञता लाभली तर त्यांची कामाच्या जागची ऊर्जा, समर्पितता आणि बांधिलकी किती वाढेल बरं?"

"पटतंय मला ते सायमन, पण –"

"तुझ्या कर्मचाऱ्यांना त्यांच्या स्वप्नांच्या दिशेनं प्रगती करायला मदत कर आणि संपूर्ण अमेरिकेतल्या व्यवसाय जगतातली सर्वोच्च सकारात्मकता आपल्या कंपनीत आढळून येईल बघ!"

नेमकं त्याच क्षणी ग्रेगच्या बायकोनं घराचा पुढला दरवाजा उघडला आणि तिनं त्या दोघांकडे रागाचा कटाक्ष टाकला.

वरमून जाऊन ग्रेग घाईघाईनं म्हणाला, "मला निघायला हवं. मुलांबरोबर 'लंच'ला वेळेवर येईन असं मी तिला कबूल केलं होतं. सोमवारी आपण आणखी चर्चा करू."

धाडस

आता झोपेशिवाय रात्र घालवायची पाळी ग्रेगची होती. आधीचे दोन तास टक्क जागा असलेला ग्रेग शेवटी रात्री एक वाजता अंथरुणाबाहेर पडला आणि घरात येरझारा घालू लागला – थोड्याच वेळात तो दिवाणखान्यातल्या बुकशेल्फसमोर उभा राहिला. त्याला वाचनाची फारशी आवड नव्हती, पण एका छोट्याशा, पिवळ्या वेष्टनातल्या पुस्तकानं त्याचं लक्ष वेधून घेतलं.

ज्या प्रकारची पुस्तकं त्याला आवडत असत, नेमकं त्या प्रकारचंच ते पुस्तक निघालं. ते बोधवचनाच्या अवतरणांचं पुस्तक होतं. त्याचं शीर्षक होतं, 'धाडसाबद्दलची अवतरणं.'

त्यात प्रत्येक पानावर केवळ एकच अवतरण होतं आणि खूपशी जागा मोकळीच होती. ते पुस्तक वाचणं, ही त्याला आटोक्यातली गोष्ट वाटली. तो एकामागून एक पानं चाळायला लागला.

'आवश्यकता भासली, तर मोठी झेप घ्यायला कचरू नका; दोन छोट्या उड्या मारून दरी ओलांडणं शक्य नसतं.'
'धोका पत्करायला घाबरणारा आयुष्यात काहीही साध्य करू शकत नाही.'
'योग्य वेळी योग्य योजना, याहून अधिक प्रभावी अन्य कोणतीही गोष्ट असू शकत नाही.'
'धाडस दाखवा आणि प्रबळशक्ती तुमच्या पाठीशी मदतीला उभ्या राहातील.'
'तुमचं धाडस हेच तुमच्या जीवितसाफल्याचं मोजमाप आहे.'
'सारं करून भागलात! तुमच्या गाड्या चालवायच्या दृष्टीनं आणि तुमचे पैसे उधळायच्या दृष्टीनं तुमचं वय झालं आहे. तुमचे विचार आणि आठवणी हेच तुमचे सोबती उरले की, तुम्ही आयुष्यात कोणतं पुण्यकर्म केलंय, असा तुम्हाला प्रश्न पडेल.'

ग्रेगनं ते पुस्तक हळूच मिटलं. आजवरच्या आयुष्यात यापूर्वी अशा निर्णायक टप्प्यावर तो कधीही उभा नव्हता. त्यानं आतासारखंच आयुष्य पुढे चालू ठेवलं असतं, तर त्याला पूर्वीसारखंच फळ मिळालं असतं. त्यानं दिशा बदलली असती तर भविष्य पालटलं असतं.

तो स्वत:शीच म्हणाला, 'ही संधी मी सोडता कामा नये.'

तो उभा राहिला आणि नीरव शांततेत बुडून गेलेल्या घराकडे त्यानं नजर टाकली. ज्या माणसाला सतत टी.व्ही. किंवा रेडिओचा आवाज असल्यावाचून चैन पडत नसे, त्याच्या

दृष्टीनं ही शांतता भीषण ठरली असती. परंतु आज त्याला हीच शांतता सुखकारक वाटत होती. ही भावनासुद्धा अनोखी होती.

अंथरुणात शिरताना त्याला मनोमन वाटलं की, त्याच्या आयुष्याची दिशाच पूर्णतः बदलून टाकणारा हा निर्णय ठरणार आहे.

धाडसी पाऊल

दुसऱ्या दिवशी सायमन जेव्हा कामावर आला, तेव्हा ग्रेगकडून आलेली ई-मेल त्याची वाट पाहात होती.

"मी आज सुट्टी घेतोय. आपल्यासाठी 'ड्रीम मॅनेजर' शोध. तू एक प्रज्ञावंत तरी आहेस किंवा ठार वेडा तरी आहेस. ह्या दोहोंपैकी तू काय आहेस ते आपण शोधू या."

सायमन ॲडमिरल कंपनीत रुजू झाल्यापासून ग्रेग एकही दिवस गैरहजर राहिलेला नव्हता. सायमनच्या चेहऱ्यावर स्मित उमटलं आणि त्याच्या डोक्यात हजारो विचार थैमान घालायला लागले.

सँड्रा त्याला 'गुड मॉर्निंग' म्हणण्यासाठी त्याच्या ऑफिसात आली आणि त्याच्या चेहऱ्यावरचे भाव पाहून तिनं विचारलं, "कसलं हसू येतंय तुम्हाला?"

रुंद हास्य करत सायमननं उत्तर दिलं, "त्यानं संमती दिलीय."

"सांगताय काय?" सँड्रा अविश्वासानं म्हणाली.

"खरंच संमती दिलीय. आजच आपण 'ड्रीम मॅनेजर'च्या शोधाचा प्रारंभ करणार आहोत. उद्या सकाळी कार्यकारी समितीची बैठक जाहीर कर. कशी पावलं उचलायची याचा निर्णय घ्यायचाय." सायमन म्हणाला.

ड्रीम मॅनेजरचा शोध

दुसऱ्या दिवशी सकाळी, कार्यकारी-समितीचे सदस्य बैठकीच्या टेबलाभोवती जमा झाल्यावर, सायमननं 'ड्रीम मॅनेजर'ह्या संकल्पनेच्या कार्यवाहीबद्दल त्यांना बातमी दिली. बऱ्याचशा लोकांना ह्या संकल्पनेचा खराखुरा दबदबा वाटतोय, हे स्पष्टपणे जाणवत होतं. ही कल्पना क्रांतिकारक आहे याची त्यांना जाणीव होती; परंतु त्याची प्रत्यक्षात कार्यवाही करणं शक्य होईल की नाही, याबद्दल त्यांना संदेह वाटत होता.

अर्थात प्रत्येक जण प्रभावित झालेला नव्हता – ह्या कल्पनेची निंदा करणारे काही जण होतेच! परंतु त्यांच्याकडे लक्ष देण्याएवढी फुरसत सायमनकडे नव्हती. अशी माणसं धंद्याचा विकास कधीही करू शकणार नाहीत, असा निष्कर्ष सायमननं केव्हाच काढलेला होता! त्यांची नकारात्मकता त्यांच्या स्वत:च्या मानसिकतेचं द्योतक होती. सायमनशी किंवा त्याच्या निर्णयाशी त्यांच्या मानसिकतेचे काहीही लागेबांधे नव्हते. सायमन कार्यकारी समितीच्या सदस्यांना उद्देशून म्हणाला, "ड्रीम मॅनेजर शोधायला प्रारंभ करण्यापूर्वी तुमच्याशी सल्लामसलत करण्यासाठी मी आजची बैठक भरवली आहे."

ॲडमिरल कंपनीत विक्री विभागप्रमुख म्हणून काम करणारा माइक सर्वांत आधी म्हणाला, "ड्रीम मॅनेजरपदासाठी इच्छुक लोक रांग लावणार आहेत."

ग्रेगनं विचारलं, "तुला असं का वाटतंय?"

"तुम्हीच पाहा ना! इतरांना स्वप्नपूर्तीसाठी मदत करण्याची संधी नोकरीत कितीजणांना लाभलेली आहे?"

"हो! पण सहा महिन्यातच त्याला एकदा कळलं की ह्या लोकांची स्वप्नं पूर्ण करण्यासाठी मदत करणं ही अशक्यप्राय गोष्ट आहे की, तो जीव मुठीत घेऊन पळत सुटेल! ड्रीम

मॅनेजर! तुमची डोकी ठिकाणावर आहेत?'' जेफ नाक फेंदारून म्हणाला.

ज्यूली म्हणाली, ''मला वाटतंय माइकच्या म्हणण्यात तथ्य आहे. असं काम करायला अनेकांना आवडेल!''

ज्यूली ॲडमिरल कंपनीत विक्री खात्याची कार्यकारी संचालिका होती. खोलीतील मंडळींपैकी ती वयानं ज्येष्ठ असली तरी ती बुरसटलेल्या किंवा नकारात्मक विचारांची नव्हती. तिनं सायमनच्या नव्या प्रगतिशील धोरणाबद्दल त्याला ताबडतोब पाठिंबा दिला.

''ह्या कामावर कुणाची नेमणूक करायची याचा निर्णय आपण कसा घ्यायचा?'' माइकनं सायमनला विचारलं.

''त्याबद्दल अजून माझा निर्णय होत नाहीये. आजची बैठक भरवण्यामागचं ते एक कारण आहे.''

माइक म्हणाला, ''त्या पदासाठी उमेदवार म्हणून नाव देण्याची माझी इच्छा आहे.''

सायमन म्हणाला, ''त्यासाठी आपल्याला निर्णय घ्यावा लागेल की, ह्या पदासाठी आपल्या कंपनीत आधीच असलेली व्यक्ती घ्यावी की बाहेरून उमेदवार निवडावा.''

''कंपनीत आधीच असलेली व्यक्ती आपण नेमायला हवी.'' पीटर म्हणाला.

''का?'' तिघांनी एकदमच प्रश्न केला –

पीटरनं उत्तर दिलं, ''का नको? आपलाच माणूस ह्या कामावर नियुक्त व्हायला हवा! ॲडमिरल कंपनीबद्दल आणि कंपनीच्या कर्मचाऱ्यांबद्दल आस्था वाटणारी व्यक्तीच ह्या पदावर नियुक्त झाली पाहिजे.''

''मी या मताशी सहमत नाही. मला वाटतंय की, ह्या पदावर बाहेरची व्यक्ती नेमणं गरजेचं आहे,'' सँड्रा म्हणाली. ती आता जवळ-जवळ प्रत्येक बैठकीत उपस्थित राहात असे.

''का?'' पूर्वीच्याच तिघांनी पुन्हा प्रश्न विचारला.

''कंपनीतल्या राजकारणाशी संबंधित नसलेली व्यक्ती या

पदावर नेमली जायला हवी. ज्या व्यक्तीला कर्मचारी 'तटस्थ' समजतील अशी व्यक्ती ड्रीम मॅनेजर असायला हवी. स्वतंत्र अस्तित्व असलेली नवी व्यक्ती –''

"वा! स्वतंत्र अस्तित्व का?'' जेफ नेहेमीप्रमाणे उपरोधानं फुसफुसला.

त्याचं म्हणणं हाणून पाडण्यासाठी ज्यूली रिंगणात उतरून म्हणाली, "हो! स्वतंत्र अस्तित्व असलेली व्यक्ती! ह्या उपक्रमांमुळे आपल्या काही कर्मचाऱ्यांची आयुष्यं किती बदलून जाणार आहेत, याची तुला पुसटशी तरी कल्पना आहे? जरा विचार कर! बरेच लोक अपयशाची इच्छा करत असल्यामुळे अपयशी ठरत नाहीत! ते अपयशी ठरतात, कारण यशस्वी कसं व्हायचं हे त्यांना ठाऊक नसतं. नातेसंबंधात असो की आर्थिक व्यवहारात; लोकांची इच्छा यश मिळवण्याचीच असते! 'ड्रीम मॅनेजर' त्यासाठी त्यांना मार्गदर्शन करेल. मग 'ड्रीम मॅनेजर'ला स्वतंत्र अस्तित्व असलेली व्यक्ती म्हणायचं नाही, तर काय म्हणायचं? ती व्यक्ती ताजे विचार घेऊन येणारी नवी व्यक्तीच असायला हवी! बाहेरून आलेली आणि 'ड्रीम मॅनेजर' पदाभोवती तेजोवलय निर्माण करू शकेल अशा कुवतीची ती व्यक्ती असायला हवी!''

"मला वाटतंय की तुझं म्हणणं बरोबर आहे!'' पीटर सहमती दर्शवत म्हणाला आणि टेबलाभोवती बसलेल्या इतरांनीसुद्धा संमतीदर्शक माना हलवल्या.

"ह्यामुळे लोक सोडून जाण्याच्या समस्येला कसा आळा बसेल?'' जेफनं विचारलं.

सायमन म्हणाला, "तू हा प्रश्न विचारलास याचा मला आनंद वाटतो. मला वाटतंय की माणसांना नोकरीत टिकवून ठेवणाऱ्या दोन गोष्टी असतात. त्यांच्यामुळे प्रगतीला हातभार लागतोय ही भावना आणि त्यांची वैयक्तिक प्रगती होतेय ही जाणीव. आता आपली ॲडमिरल ही कंपनी सफाईची कंत्राटं

घेत असल्यामुळे त्यांचा कोणताही भ्रम असू शकतच नाही! आपली कंपनी कर्करोगावर नियंत्रण ठेवण्याचं संशोधन करत नाही किंवा दरिद्री देशांना कर्जमुक्तही करत नाही हे सर्वांना माहीत आहे! त्यामुळे आपण प्रगतीला हातभार लावतोय ही भावना वाटण्यावर बंधन आहे. त्यामुळे आपली वैयक्तिक प्रगती होतेय याची आपल्या कर्मचाऱ्यांना जाणीव झाली, तरच त्यांना नोकरीवर टिकून राहण्याची उमेद वाटेल. तशी उमेद आपण पुरवू शकलो तर त्यांना ह्या नोकरीत टिकून राहावसं वाटेल. आपली वैयक्तिक प्रगती होत नाही असं त्यांना वाटायला लागलं की, ते बेचैन होतात आणि दुसरी नोकरी शोधायला लागतात.''

पीटरनं विचारलं, ''ड्रीम मॅनेजर व्यावसायिक समुपदेशन करणार आहे का?''

सायमन म्हणाला, ''सहा महिन्यांतून एकदा प्रत्येक कर्मचाऱ्याला त्याच्या मासिक 'ड्रीम-सेशन'मध्ये – स्वप्नांच्या संयोजनाच्या बैठकीमध्ये – त्याच्या वरिष्ठाला समाविष्ट करण्याची सवलत असेल. त्या बैठकीत तो कर्मचारी, त्याचा वरिष्ठ आणि 'ड्रीम मॅनेजर' हे तिघे मिळून त्या कर्मचाऱ्याच्या भवितव्याबद्दल चर्चा करतील. त्या कर्मचाऱ्याचं प्रगतीचं पुढलं पाऊल काय असेल आणि ते किती वेळात साध्य होईल हे या चर्चेतले महत्त्वाचे मुद्दे असतील.''

पीटरनं चिवटपणे पुढला प्रश्न केला, ''जर आपण ह्या लोकांना स्वप्नं पाहायला शिकवलं, तर ते आणखी लवकरच इतरत्र नोकरी धरणार नाहीत का?''

सायमननं उत्तर दिलं, ''नक्कीच नाही! बऱ्याच लोकांना आपल्या स्वप्नपूर्तीसाठी नीटपणे योजना आखायला कुणाची तरी खूप मदत गरजेची वाटते. फक्त त्यांना ह्या वस्तुस्थितीची जाणीव असतेच असं नाही. आयुष्यात प्रथमच कुणीतरी त्यांच्यापाशी बसून त्यांच्या भविष्याची आखणी करतंय, हे

पाहून ते इथल्या नोकरीत टिकून राहतील. मुख्य मुद्दा असा आहे की, ड्रीम मॅनेजरच्या समुपदेशनामुळे ह्या नोकरीत पुढे काहीही प्रगती होणार नाही, असं त्यांना न वाटता, हा पुढील प्रगतीसाठीचा आवश्यक टप्पा आहे असं त्यांना वाटायला लागेल. जरी कंपनीतल्या नोकरीत ते तीन वर्षांनी आजचंच काम करत असले, तरी त्यांच्या आयुष्यातल्या इतर बाबतीत त्यांनी खूप प्रगती करून घेतलेली असेल आणि त्या प्रगतीचं श्रेय ते ॲडमिरल मधल्या नोकरीला देतील. 'ड्रीम मॅनेजर' ह्या आपल्या उपक्रमामुळे त्यांच्या स्वप्नांची पूर्तता आणि त्यांची नोकरी यांमध्ये सांगड घातली जाईल."

ज्यूली म्हणाली, "मला वाटतंय तुझं म्हणणं अगदी बरोबर आहे! सँड्रा आपल्या पहिल्याच बैठकीत जे म्हणाली, त्यावर मी खूप विचार केलाय. आपण ह्या लोकांना त्यांच्या नोकरीत कायमचं टिकवून ठेवू शकणार नाही, पण आपण त्यांना मनापासून तीन वर्षं काम करायला उद्युक्त करू शकलो, तर तीन महिन्यांच्या सरासरीहून ती प्रचंड प्रगती ठरेल! त्यामुळे आपल्या धंद्याचं स्वरूपच पालटेल."

चर्चा थंडावली आणि सायमनला जाणवलं की, ह्या नव्या उपक्रमाचा प्रभाव कसा आणि किती पडू शकेल, याबाबत लोक गंभीरपणे विचार करायला लागले आहेत.

ब्रँडनं चर्चा रुळांवर आणत प्रश्न विचारला, "ड्रीम मॅनेजरचं काम करणारी व्यक्ती कंपनीतलीच हवी की बाहेरची?" सायमननं लोकांना हात उंचावून जवाब द्यायला सांगितलं. बाहेरच्या व्यक्तीच्या बाजूने जास्त मतं होती. "बाहेरची असं ठरलं तर मग!" त्यानं मतमोजणी करून जाहीर केलं. "योग्य उमेदवार मिळाला आणि कार्यपद्धती ठरली की मी तुम्हाला सांगेन," सायमननं जाहीर केलं.

आगमन

पुढल्या आठवड्यात 'ड्रीम मॅनेजर' ह्या पदासाठी सायमननं सत्तावीस लोकांच्या मुलाखती घेतल्या. नोकरीसंदर्भात जाहिराती देणाऱ्या सर्व स्थानिक ठिकाणी सँड्रानं ह्या पदासाठी जाहिरात दिली होती आणि इच्छुकांच्या अर्जांचा अव्याहत ओघ सुरू होता.

सँड्रा आणि सायमननं ठरवलं की सीन एव्हन्स हा ह्या पदासाठी सर्वांत योग्य असा उमेदवार आहे आणि त्यांनी त्याला मुलाखतीसाठी ग्रेगपुढे पेश केलं. त्याच्यापाशी धंद्याच्या व्यवस्थापनाची पदवी होती, तो आर्थिक सल्लागार म्हणून अकरा वर्षं काम करत होता, कामाच्या दर्जाबद्दल त्याला आस्था आणि उत्साह वाटतो, अशी त्याची ख्याती होती आणि लोकहिताच्या कामांमधल्या त्याच्या सहभागावरून त्याला लोकांना मदत करण्याची कळकळ वाटते, हे उघड होतं. तो गावातल्या निम्न आर्थिक स्तरातील विभागात लहानाचा मोठा झाला होता; त्यामुळे आर्थिकदृष्ट्या कमकुवत असलेल्या कर्मचाऱ्यांच्या अडचणी तो जाणून घेऊ शकेल, असं सायमनला वाटत होतं.

सायमन आणि सँड्रासमवेत सीनची भेट घेतल्यावर ग्रेग त्याला जेवायला बाहेर घेऊन गेला. परत आल्यावर ग्रेगनं जाहीर केलं की, या कामासाठी सीन हा योग्य उमेदवार आहे, हे त्याला मान्य आहे.

नंतरचे तीन आठवडे, ड्रीम मॅनेजरच्या आगमनाची जोरदार तयारी करण्यात गेले. दरम्यानच्या काळात सायमन सीनला कंपनीबाहेर भेटत होता आणि दररोज एक-दोन तास त्याच्याशी चर्चा करून 'ड्रीम मॅनेजर'ची भूमिका आणि जबाबदारी नेमकी काय असावी, हे ठरवत होता, सीन जेव्हा सायमनबरोबर चर्चा करायचा नाही, तेव्हा तो लोकांच्या 'ड्रीम सर्व्हे'चे – स्वप्नांबाबतच्या सर्वेक्षणाचे – कागद वाचून लोकांच्या आकांक्षांबाबत जाणून घेत होता.

अॅडमिरल कंपनीच्या मुख्यालयात सॅंड्रा, सीनचं नवं ऑफिस तयार करण्यात गुंतलेली होती.

हे ऑफिस इतर ऑफिसेसहून पूर्णत: निराळं होतं. ते इतर ऑफिसांहून वेगळं दिसावं, यासाठी जाणीवपूर्वक प्रयत्न केले होते. तेथील फर्निचर आकर्षक आणि मनमोहक होतं. तिथं सुखकारक सोफे ठेवण्यात आलेले होते आणि तिथलं सामानसुमान ऑफिससारखं न वाटता घरातल्या दिवाणखान्यासारखं वाटत होतं.

पण सॅंड्रानं केलेली पहिली गोष्ट होती ती ऑफिसच्या दारावर लटकवण्यासाठी करून घेतलेली 'द ड्रीम मॅनेजर' ही पाटी. सीनचं आगमन होण्यापूर्वी तीन आठवडे, ती पाटी त्याच्या ऑफिसच्या दारावर विराजमान झालेली होती... आणि त्यामुळे लोकांच्या मनातली उत्कंठा दिवसेंदिवस वाढत चालली होती.

संशयी, विक्षिप्त विरोधकाशी सामना

जेफ तसा स्वभावानं वाईट नव्हता. तो विवाहित होता आणि त्याला दोन अपत्यं होती. तो गेली पंधरा वर्षे, व्यवस्थापनाचं काम बघत होता. बऱ्याचशा लोकांच्या तुलनेनं त्याचं आयुष्य खरोखरच चांगलं जात होतं, पण तो प्रत्येक गोष्टीची सदैव चिकित्सा करायचा. प्रत्येक नव्या गोष्टीला विरोध करायचा, त्याची वृत्ती नको इतकी चिकित्सक होती. स्वभाव संशयी होता. आणि बहुश: त्याचा इतरांच्या उत्साहाला आणि नव्या कल्पनांना विरोध असायचा.

हाताखालच्या एका कर्मचाऱ्याच्या रजेचा अर्ज मार्गी लावण्यासाठी एके दिवशी सकाळी जेफ सायमनच्या ऑफिसात डोकावला, तेव्हा सायमननं त्याला शांत स्वरात प्रश्न विचारला, "तू स्वप्न पाहायचं केव्हा सोडून दिलंस?"

"म्हणायचंय काय तुला?" जेफनं प्रतिप्रश्न केला.

"तू स्वप्नांच्या सर्वेक्षणातली उत्तरं जमा केलेली नाहीस, हे माझ्या लक्षात आलंय."

जेफनं सावधगिरीच्या स्वरात विचारलं, "माझी समजूत होती की, उत्तरांवर नावं लिहिणं आवश्यक नाही."

"ही गोष्ट खरी आहे, पण मी काल तुझ्या ऑफिसात आलो असताना तिथल्या कचऱ्याच्या टोपलीत मला एक उत्तरपत्रिका चुरगाळून टाकलेली दिसली. ती तुझीच असावी असं मी गृहीत धरलं," सायमन म्हणाला.

जेफ संतापलेला दिसला. एक मिनिट शांततेत गेलं. सायमन न बोलता शांतपणे उभा होता.

जेफनं अस्वस्थपणे उत्तर दिलं, "मला वाटतंय की, मी पूर्णपणे समाधानी आहे."

"तू पूर्णपणे समाधानी असलास, तर मग तुझं नैराश्य नेहमी डोकं कसं वर काढतं? तुझ्या आयुष्यातल्या कोणत्या तरी एका बाबतीत किंवा एकाहून अधिक बाबींमध्ये तू अडकलायस, त्याच समस्येत गुंतून पडलायस आणि तू स्वप्न पाहाणं केव्हा आणि कोणत्या कारणानं बंद केलंस याची उकल करण्याचा मी प्रयत्न करतोय."

बचावाचा पवित्रा घेत जेफ म्हणाला, "तू काय बोलतो आहेस, हे तुझं तुला तरी कळतंय का?"

सायमन पडतं घेत म्हणाला, "तुझं म्हणणं खरंसुद्धा असू शकेल, पण मला वाटतंय की, ह्या कंपनीत आणि आयुष्यातसुद्धा तू केवळ आला दिवस ढकलतो आहेस. तू केवळ जगतो आहेस, त्यातून तुला कोणताही आनंद मिळत नाहीये. माझ्या मते त्यामागचं कारण आहे की, भूतकाळात केव्हातरी तू स्वप्नं पाहणं सोडून दिलं आहेस."

जेफनं क्षणभर त्याच्याकडे रोखून पाहिलं आणि पुन्हा बचावाच्या पवित्र्यात म्हणाला, "मी समाधानी आहे. फारसे लोक तसे नसतात."

सायमननं टोला परतवत म्हटलं, "माझ्या मते ही केवळ एक पळवाट आहे."

त्या दिवशी रात्री घरी गेल्यावर जेफ शांतपणे बसून सायमनच्या, 'तू स्वप्नं पाहणं केव्हा थांबवलंस?' ह्या प्रश्नावर विचार करायला लागला. तो प्रश्न त्याला मनाबाहेर टाकता येईना. त्याला मनोमन जाणीव होती की सायमनच्या म्हणण्यात तथ्य होतं. तरुण वयात त्यानं खूप स्वप्नं पाहिली होती, परंतु ते सारं केव्हा ठप्प झालं ते त्याला नेमकं सांगता येत नव्हतं. त्यामुळे त्यानं निष्कर्ष काढला की, एखाद्या विशिष्ट क्षणी त्यानं स्वप्नं पाहणं थांबवलं नाही; ती प्रक्रिया इतकी हळूहळू घडत गेली की, सायमननं त्याला त्याबद्दल प्रश्न विचारेपर्यंत त्याच्या ते लक्षातदेखील आलेलं नव्हतं.

पहिला डाव कोणावर?

पहिले एक-दोन आठवडे लोक सायमनच्या ऑफिसात अनौपचारिकपणे गप्पा मारण्यासाठी नुसते डोकावत होते आणि त्याच्याबद्दल अंदाज बांधत होते. परंतु आता उपक्रमाची रीतसर कार्यवाही करायची वेळ आलेली होती. महत्त्वाचा प्रश्न होता, 'ड्रीम मॅनेजरची भेट सर्वांत आधी कोणाला घ्यायची आहे?'

कार्यकारी समितीला सीननं प्रश्न विचारला, "आपण कोणापासून सुरुवात करायची?"

"ज्याला त्याची सर्वाधिक गरज आहे, त्याच्यापासून!" पीटरनं उत्तर दिलं.

ग्रेग ठामपणे म्हणाला, "नाही! नाही! आपल्या सर्वोत्कृष्ट कर्मचाऱ्यांपासून आपण प्रारंभ करू या."

पीटर वाद घालत म्हणाला, "पण त्यांना त्याची गरजच नाही!"

सायमन समजावून देत म्हणाला, "तुझं म्हणणं बरोबर आहे. परंतु ज्यांना त्याची सर्वाधिक गरज आहे, त्यांना दिसायला

हवं की हा उपक्रम यशस्वी होतोय.''

त्याला दुजोरा देत ज्यूली म्हणाली, ''मला वाटतंय सायमनचं म्हणणं बरोबर आहे. एकदा का कर्मचाऱ्यांना एक-दोघांच्या स्वप्नांची पूर्तता होऊ शकलेली दिसली की, त्यांच्या स्वतःच्या स्वप्नांकडे आणि ह्या प्रक्रियेकडे ते उत्साहानं बघतील.''

''अगदी बरोबर! त्यासाठी मोठी पण साध्य करण्याजोगी स्वप्नं असलेल्या उच्च श्रेणीतील कर्मचाऱ्यापासून आपण सुरुवात करायला हवी आणि त्याची स्वप्नं प्रत्यक्षात उतरवण्याचं काम त्वरेनं पार पाडायला हवं,'' सायमन समारोप करत म्हणाला.

सीननं विचारलं, ''आपल्या कार्यकारी समितीपैकी कोणाला सुरुवात करायचीय?''

सगळे एकमेकांच्या तोंडाकडे बघत राहिले; वस्तुतः ड्रीम मॅनेजर संकल्पनेची कार्यवाही त्यांच्यापासून सुरू होईल, हे त्यांच्या डोक्यातच आलेलं नव्हतं. त्यांची समजूत होती की, त्यांच्या स्वप्नांचे ड्रीम मॅनेजर ते स्वतःच असणार आहेत. ह्या उपक्रमाची त्यांना गरजच नाही! तो निम्न श्रेणीतल्या कामगारांसाठी आहे, असंच त्यांना वाटत होतं.

त्यांच्या चेहऱ्यावरले भाव सीनला वाचता येत होते. जेव्हा ती प्रदीर्घ शांतता टोचायला लागली तेव्हा सीन म्हणाला, ''आपल्या कंपनीतील सर्व श्रेणींतल्या लोकांसाठी हा उपक्रम आहे. हा केवळ चतुर्थ श्रेणीतल्या कामगारांसाठी बेतलेला नाही. हा उपक्रम व्यवस्थापन, कार्यकारी अधिकारी आणि संचालक मंडळ यांच्यासाठीसुद्धा उपलब्ध आहे.''

माइक म्हणाला, ''हा उपक्रम आपल्यासाठी नाही. तो फक्त सफाई कर्मचाऱ्यांसाठी आहे!''

सीन म्हणाला, ''मला वाटतंय की, तुझी समजूत चुकीची आहे.''

माइक म्हणाला, ''पण त्यांनाच त्याची गरज आहे.''

सीन म्हणाला, "आपणा सर्वांनाच त्याची गरज आहे. ही नोकरी स्वीकारल्यानंतर मला जाणीव झालीय की, मला स्वतःलासुद्धा ह्या उपक्रमाची गरज आहे. प्रत्येकालाच ड्रीम-मॅनेजरकडून समुपदेशन मिळणं आवश्यक आहे. एका मर्यादेपर्यंत आपलं आपण समुपदेशन करू शकतो. परंतु आपल्या स्वप्नांना शब्दांत मांडता येणं, कोणत्या स्वप्नांना अग्रक्रम द्यायचा हे ठरवणं, ह्या स्वप्नांची पूर्तता करण्यासाठी काय योजना आखाव्यात हे ठरवणं आणि ह्या स्वप्नांच्या पूर्ततेसाठी आपण गरजेचं सारं नीटपणे करत आहोत, याची अधून-मधून पाहणी करणं यासाठी आपल्यालासुद्धा मदतीची गरज असते."

खोलीतलं वातावरण तापायला लागलं होतं आणि लोक आपसात तावातावानं चर्चा करायला लागले होते. अशी चर्चा पुढली दहा मिनिटं जोरात चालूच होती. ग्रेग आपल्या खुर्चीत मागे रेलला आणि तो स्वतःशीच हसला. आजवर त्याच्या संचालक मंडळात अशी निरोगी, साधकबाधक स्वरूपाची चर्चा घडल्याचं त्याला आठवत नव्हतं. आज तशी चर्चा घडताना पाहून त्याला मनोमन आनंद वाटत होता. कोणीही इतर कुणावर वैयक्तिक स्वरूपाचे हल्ले चढवत नव्हतं. सर्व जण संकल्पनांबाबतच्या आपापल्या मतांची जोरदार देवाण-घेवाण करत होते. सर्वोत्कृष्ट मार्ग शोधण्याच्या दृष्टीनं चाललेली ही निरोगी वादावादी होती.

शेवटी त्यांना थोपवत सीन म्हणाला, "आपल्याला स्थानानं वरिष्ठ असलेल्यांपासून आणि उपजतच नेतृत्वगुण असलेल्यांपासून प्रारंभ करायला हवा. हा प्रकल्प यशस्वी करण्यासाठी ह्या दोन्ही प्रकारच्या लोकांपासून प्रारंभ करणं आवश्यक आहे. या प्रकल्पात भाग घेताना तुमच्यापैकी काहींना विनय आणि मोकळेपण आचरावं लागणार आहे. परंतु हे दोन गुण तुम्ही अंगी बाणवलेत, तर तुम्हाला कामात, नातेसंबंधात आणि स्वप्नपूर्तीच्या दृष्टीनं त्याचा प्रचंड फायदा होईल."

अशा प्रकारे चर्चा करत असतानाच एक प्रकारचा अलिखित निष्कर्ष निघाला. आता हात उंचावायला सांगून मतमोजणी करायची गरज उरली नव्हती. लोकांचं एकमत झालंय, हे स्पष्टपणे जाणवत होतं.

जेफ म्हणाला, "सुरुवात माझ्यापासूनच करू या." तेव्हा खोलीत उपस्थित असलेल्यांना धक्काच बसला.

'ड्रीम मॅनेजर' संकल्पनेचा जेफ हा सर्वांत कडवा विरोधक होता. प्रत्येकालाच त्याची जाणीव होती. परंतु सायमननं विचारलेला प्रश्न जेफला काही आठवडे डाचत होता.

लोकांना वाटणारा अविश्वास दूर करण्यासाठी जेफनं सीनला विचारलं, "मी यासाठी केव्हा येऊ?"

"उद्या सकाळी चालेल?" सीननं विचारलं.

पहिली बैठक

दुसऱ्या दिवशी सकाळी आठ वाजण्यापूर्वी काही मिनिटं सीन त्याच्या ऑफिसमध्ये शिरला, तेव्हा जेफ तिथं आधीच हजर झालेला होता. जेफच्या हातात त्याच्या स्वप्नांच्या यादीचा चुरगळलेला कागद होता. सायमनला हाच कागद जेफच्या खोलीतल्या कचऱ्याच्या डब्यात चुरगाळून टाकलेला दिसला होता. त्या दोघांचं संभाषण झाल्यावर जेफनं तो कागद परत उचलून ठेवला होता.

जेफनं ह्या उपक्रमात रस घेतलेला पाहून सीनला आनंद झाला होता, पण त्याला मनातून थोडी धास्तीसुद्धा वाटत होती.

संभाषणाला वाचा फोडण्यासाठी सीननं जेफला विचारलं, "तुझं कोणतं स्वप्न आहे?"

जेफ म्हणाला, "खरं तर माझी अनेक स्वप्नं आहेत."

सीन म्हणाला, "त्याबद्दल तुला आश्चर्य वाटतंयसं दिसतंय."

"वाटतंय खरं! प्रारंभी सायमननं ह्या 'ड्रीम मॅनेजर'

संकल्पनेबद्दल सांगायला सुरुवात केली. तेव्हा मला वाटत होतं की, त्याला वेडाचा झटका आलाय. पण एक-दोन आठवड्यांपूर्वी, त्यानं मला एका बाजूला नेऊन, जे म्हटलं, त्यानं मी खडबडून जागा झालो. मी स्वप्नं पाहायचं सोडून दिलंय याची त्यानं मला जाणीव करून दिली.'' जेफनं कबूल केलं.

सीननं प्रश्न विचारला, ''तू स्वप्नं पाहायचं का सोडून दिलंस?''

''मी त्याची उकल करायचा प्रयत्न करतोय. कदाचित हळूहळू मला वाटायला लागलं असेल की आपण जगतो, कामावर जातो, बिलं भरतो, मुलांना वाढवतो आणि एक दिवस निवृत्त होतो. अथवा अपयशाच्या धास्तीपोटी मी स्वप्नं पाहणं सोडून दिलेलं असू शकेल. मला खात्रीनं सांगता येत नाही.''

''आणि आता?'' सीननं विचारलं.

''आता माझा दृष्टिकोन बदलला आहे. मी पुन्हा स्वप्नं पाहायला सुरुवात केली आहे. एका शनिवारी मी घरामागच्या ओट्यावर बसलो होतो आणि माझ्या लक्षात आलं की, अजूनही मला वेगवेगळ्या गोष्टी पाहाव्याशा वाटत आहेत, अनेक नात्यांमध्ये मला जिव्हाळा आणायचा आहे आणि माझ्या लक्षात आलंय की, यातली अनेक स्वप्नं सत्यात उतरवणं शक्य होण्याजोगं आहे. पण सर्वांत महत्त्वाची गोष्ट अशी की माझ्या स्वभावातल्या काही गोष्टी मलाच आवडत नाहीत आणि त्या बदलायची माझी प्रामाणिक इच्छा आहे.''

''वा!'' सीननं उत्स्फूर्त दाद दिली. अशी उत्स्फूर्त दाद द्यावी की नाही, याबाबत तो साशंक होता. पण जेफची मनमोकळी कबुली ऐकून तो थक्क झाला होता. सीन म्हणाला, ''आपण तुझी स्वप्नांची यादी ऐकून त्याबद्दल चर्चा करू या.''

जेफनं त्याची एकामागून एक स्वप्नं सीनला वाचून दाखवली आणि त्यातलं प्रत्येक स्वप्न त्याला महत्त्वाचं का वाटतंय हे

समजावून सांगितलं. त्यानंतर सीननं त्याला विचारलं, "तर मग आता मला सांग की, यांपैकी कोणती स्वप्नं येत्या सहा महिन्यांत तुला साध्य करायची इच्छा आहे?"

जेफ क्षणभर स्तब्ध राहिला आणि सीननं जाणीवपूर्वक त्याला विचार करायला अवधी दिला. जेफच्या विचारात सीननं व्यत्यय आणला नाही किंवा उत्तरासाठी त्याच्यामागे तगादासुद्धा लावला नाही.

जेफनं स्वत:हून उत्तर दिलं, "मला वाटतंय की, मला कॅलिफोर्नियाला जायला आवडेल. मोटार चालवत तिथवर जायची माझी इच्छा होती. दुसरी मला साध्य करावीशी वाटणारी गोष्ट आहे, एक सकारात्मक मानसिकता मिळवणं."

"फारच छान! आता मला सांग, तुझे रजेचे काही दिवस शिल्लक आहेत का?" सीननं जेफला विचारलं.

"माझी नऊ आठवड्यांची रजा मी बाजूला ठेवलीय. मी स्वत:लाच विचारायचो की, ही रजा मी कशासाठी बाजूला ठेवलीय? माझी पत्नी मला नेहमी म्हणत असते की मी नियमितपणे रजा घेऊन विश्रांती घेतली, तर मी इतकी चिडचिड करणार नाही, आयुष्याचा आनंद लुटू शकेन आणि माझ्या विचार करण्याच्या पद्धतीतही बदल होईल. मला वाटतंय की, मला सुट्टीची खरोखरच गरज आहे."

सीन म्हणाला, "फारच छान! ह्या सफरीसाठी पुरेसे पैसे शिल्लक आहेत?"

"मला वाटतंय की, या प्रवासाला मला तीन आठवडे लागतील आणि प्रवासासाठी आवश्यक पैसे मी शिल्लक टाकले आहेत. परंतु येते चार महिने, प्रत्येक पगारातून थोडे पैसे बाजूला टाकावेत असं मला वाटतंय. ह्या कॅलिफोर्नियाच्या सफरीच्या निमित्तानं मला बचत करायची सवय लागेल आणि भविष्यातील दुसऱ्या योजना आखण्याजोगी शिल्लक टाकता येईल," जेफ म्हणाला.

“फारच छान! आपण थोडा वेळ खर्चून योजना आखू या म्हणजे पुढल्या महिन्याच्या बैठकीत त्याबाबत झालेली प्रगती आपल्याला आजमावता येईल. तू सुट्टीवर गेलेला असताना तुझं इथलं काम कोण पाहणार याचाही तुला विचार केला पाहिजे,” सीन म्हणाला.

जेफ आणि सीन या दोघांनी मिळून थोडी आकडेमोड केली आणि जेफचं पहिलं स्वप्न सत्यात उतरवता यावं यासाठी थोडी आर्थिक आणि व्यावहारिक आखणी केली. त्यानंतर त्यांनी जेफची मानसिकता सकारात्मक करण्याबद्दल कोणतं धोरण आखावं, याबद्दल चर्चा केली.

सीन जेफला म्हणाला, “तुझी सकारात्मक दृष्टी आताच वाढताना दिसतेय मला! मी इथे आल्यापासून तुझ्याबरोबर पाच बैठकींना उपस्थित राहिलोय. आधीच्या बैठकींपेक्षा तू नक्कीच अधिक सकारात्मक झाला आहेस, असं मला जाणवतंय. तू या दृष्टीनं प्रयत्नशील राहा म्हणजे झालं. एक गोष्ट लक्षात ठेव – तुझी नजर याबाबतच्या प्रगतीवर ठेव; पूर्णत्वावर नको! अजून खूप पल्ला गाठायचा आहे असं मनात आलं की, कधी-कधी आपली उमेद कमी होते. तसं होऊ देऊ नकोस!”

“मन:पूर्वक धन्यवाद!” जेफ त्याचे आभार मानत म्हणाला.

“इथं तुझं सदैव स्वागतच असेल,” सीन म्हणाला. “ह्या उपक्रमात तुला इतका मनापासून भाग घेताना पाहून मला खूपच आनंद होतोय. तुझं सहकार्य पाहून मी थक्कच झालोय. आपलं मन दुसऱ्यापुढे उघडं करणं, ही सोपी गोष्ट नाही याची मला पूर्णपणे जाणीव आहे.”

जेफ हा उंचनिंच-धिप्पाड माणूस होता. त्याच्या स्वभावाशी जुळवून घेणं, ही अजिबात सोपी गोष्ट नाही, अशी त्याची ख्याती होती. त्याच्या आयुष्यात परिवर्तन घडत होतं हे स्पष्टपणे जाणवत होतं आणि त्या परिवर्तनाला हातभार लावता येतोय याचा सीनला मोठा आनंद वाटत होता.

“आपण पुन्हा केव्हा भेटायचं?” सीननं केलेल्या कौतुकामुळे संकोचून जाऊन, संभाषण दुसरीकडे वळवण्यासाठी जेफनं विचारलं.

“आजपासून बरोब्बर एक महिन्यानं, सकाळी दहा वाजता.” जेफ आनंदानं उद्गारला, “उत्तम!”

“त्या काळात तू तुझ्या स्वप्नांच्या यादीबाबत विचार केलास आणि प्रत्येक स्वप्नासाठी किती वेळ लागेल, याचा अंदाज बांधलास तर बरं पडेल. फार कमी वेळ देऊ नकोस, त्याप्रमाणेच प्रयत्नांमध्ये शिथिलता येईल इतका प्रदीर्घ काळसुद्धा देऊ नकोस. स्वत:ला थोडा प्रयत्न करावा लागेल, अशी कालमर्यादा डोळ्यांपुढे ठेव पण कंबरडं मोडून जाईल इतकी थोडी कालमर्यादा ठेवू नकोस. हा उपक्रम राबवताना हीच कळीची गोष्ट असते,” सीननं जेफला समजावून सांगितलं.

जेफबरोबरची स्वप्नांच्या संयोजनासाठीची पहिली बैठक – उत्तम प्रकारे पार पडली म्हणून सीनला बरं वाटत होतं. जेफला स्वत:मध्ये नवं चैतन्य आणि सळसळता उत्साह नव्यानं आल्याची जाणीव होत होती.

‘ड्रीम मॅनेजर’ ह्या उपक्रमाला प्रारंभ झाला होता...!

आर्थिक अनभिज्ञता

प्रत्येक विभागीय अधीक्षकानं आपापल्या कर्मचाऱ्यांची एक यादी बनवली होती. त्यांच्या कोणत्या कर्मचाऱ्यांना या उपक्रमात प्रारंभीच सहभागी करावं, हे त्यांनी या यादीत नमूद केलेलं होतं. सीननंच त्यांना अशी यादी तयार करायला सांगितलं होतं आणि जेफशी झालेल्या पहिल्या बैठकीनंतर महिनाभरात सीननं या यादीतील प्रत्येक कर्मचाऱ्याची भेट घेतली होती.

तो स्वत:च्या खोलीत टेबलापाशी बसलेला असताना त्यानं दारावर टक्ऽऽ टक्ऽ केलेली ऐकली. “आत या!” तो म्हणाला.

ग्रेगनं दरवाजा लोटला आणि खोलीत प्रवेश केला. दारावर टक्ऽऽ टक्ऽ केल्याशिवाय खोलीत घुसू नये, हे अखेरीस कुणीतरी त्याच्या गळी उतरवलं होतं. सीननंच हा नियम जारी केला होता आणि म्हटलं होतं की, लोक सीनजवळ आपल्या स्वप्नांबाबत सांगत असताना ग्रेगनं बेधडकपणे आत घुसणं वावगं ठरेल.

ग्रेगनं सीनला विचारलं, "कसं काय चाललंय?"

सीन म्हणाला, "ग्रेग, तू तुझ्या कर्मचाऱ्यांसाठी अभूतपूर्व अशी महत्त्वाची गोष्ट करतो आहेस, असं मला वाटतंय. त्यांना ही गोष्ट अतिशय मोलाची वाटतेय आणि मला वाटतंय की, तुला त्यांचा अभूतपूर्व प्रतिसाद लाभणार आहे."

"तसं झालं तर आनंदच आहे! कारण मला त्यावर खूपच खर्च करावा लागतोय. मला सांग, तुला काय आढळलंय? तू लोकांच्या वैयक्तिक स्वप्नांबाबत मला सांगू शकत नसलास, तरी या प्रक्रियेबाबत तुझे काय निष्कर्ष आहेत?" ग्रेगनं सीनला विचारलं.

ग्रेग म्हणाला, "आर्थिक बाबींमध्ये लोक किती अज्ञानी आहेत हे पाहून मी अतिशय अस्वस्थ झालो आहे. कनिष्ठ पदावरचे कर्मचारी आर्थिक बाबींबद्दल अडाणी असते, तर मी ते समजू शकलो असतो. परंतु व्यवस्थापकीय पदावरचे लोकसुद्धा तितकेच अडाणी असावेत, ही बाब विस्मयकारक आहे."

ग्रेग आर्जवानं म्हणाला, "हा मुद्दा खोलात जाऊन सांग!"

सीन म्हणाला, "मार्क ट्वेननं लिहिलं आहे, 'जे लोक उत्कृष्ट पुस्तकं वाचत नाहीत, त्यांची अवस्था निरक्षर लोकांहून फारशी निराळी नाही.' पैशांबाबत असंच म्हणता येईल. ज्या लोकांना आर्थिक नियोजन करता येत नाही, त्यांची अवस्था निर्धनांपेक्षा फारशी निराळी नसते. इथल्या अनेक लोकांची प्राप्ती खरोखरच उत्तम असूनही त्यांच्याकडे पैशांचा खडखडाट दिसतोय, त्यामागचं कारण हेच आहे. इथे पैशांच्या अंदाजपत्रकांकडे

पाहण्याचं किंवा हिशोब ठेवण्याचं काम बघणारे लोकसुद्धा स्वत:साठी अंदाजपत्रक बनवत नाहीत! ते बँकेच्या चेकबुक्सचा हिशोब करत नाहीत किंवा त्यांना तो करता येत नाही आणि विविध वस्तूंसाठी त्यांना कर्जं घ्यावी लागतात.''

''आपण त्यांच्यासाठी काही करू शकू?'' ग्रेगनं विचारलं.

सीन म्हणाला, ''नक्कीच करू शकू! त्या बाबतीत मी विशेष प्रशिक्षण घेतलंय आणि पैशांबाबतची काळजी ही लोकांची प्रमुख डोकेदुखी असते, हे मला माहीत आहे. जेव्हा लोक पैशांच्या काळजीत असतात, तेव्हा त्यांचं मन त्यातच गुंतलेलं असतं आणि त्यांच्या कामावरसुद्धा त्याचा परिणाम होतो! आपण त्यांना आर्थिक नियोजनाच्या गोष्टी क्रमानं शिकवत जाऊ – आणि प्रत्येक कर्मचाऱ्याच्या उत्पन्नाला आणि स्वप्नांना योग्य असं अंदाजपत्रक बनवून द्यायला मदत करू! खरं तर आर्थिक नियोजनाबद्दल बऱ्याचशा लोकांना कधीही प्रशिक्षण मिळालेलं नसतं.''

रिटा

ड्रीम मॅनेजरला भेटायच्या कल्पनेनं रिटाएवढं अन्य कुणीही उत्तेजित झालेलं नव्हतं.

रिटा ही एक सुस्वभावी आणि खंबीर मनाची स्त्री होती. तिचं वय चौपन्न वर्षांचं होतं. तिला आठवत होतं तेव्हापासून तिनं जपलेलं स्वप्न होतं तिच्या मालकीच्या घराबद्दलचं. तिच्या पूर्वजांपैकी कुणीही आपल्या मालकीच्या घरात राहू शकलं नव्हतं. तिचे आई-वडील, आजी-आजोबा आणि पणजी-पणजोबा सगळे जण भाड्याच्या घरातच राहात आलेले होते.

रिटाचं हे स्वप्न सार्वत्रिक स्वरूपाचंच होतं. तिच्यातले नेतृत्वगुण सीननं चटकन हेरले होते.

सीन सायमनला म्हणाला, ''ही उत्तम संधी चालून आलेली

आहे. आपण ह्या स्त्रीला मदत करू शकलो, तर इथं ॲडमिरल कंपनीत अनेकांचं लक्ष वेधून घेण्यात आपल्याला यश मिळेल.''

''तिला घर घेणं परवडेल?'' सायमननं सीनला विचारलं.

''तोच तर कळीचा मुद्दा आहे! मी माझ्या डॅन नावाच्या मित्राशी याबाबत बोललो आहे. तो अल्प किमतीच्या घरांच्या व्यवसायात आहे आणि त्याचं मत आहे की, या स्त्रीला नवं घर मिळवून देण्याचे काही मार्ग उपलब्ध आहेत. ती सध्या राहतेय त्याहून अधिक चांगल्या वस्तीत तिला घर मिळवून देता येईल, त्यासाठी मुद्दलाची काहीही रक्कम तिला घालावी लागणार नाही आणि तिला कर्जाच्या हप्त्यापोटी तिच्या आताच्या घरभाड्याहून महिना फक्त ६० डॉलर्स जास्त द्यावे लागतील. त्याखेरीज तिला द्याव्या लागणाऱ्या व्याजावर तिला करसवलत मिळेल. दर महिन्याच्या हप्त्यात ती मुद्दलसुद्धा देत राहील आणि घराची किंमत वाढतच जाईल.''

सीन आणि रिटानं दुसऱ्या बैठकीच्या वेळेस रिटाच्या आर्थिक बाबींचा आढावा घेतला, केवढं कर्ज तिला परवडू शकेल याचा अंदाज बांधला आणि दर महिना तिनं किती पैसे शिल्लक टाकायला हवेत, याबाबत योजना आखली.

सीन म्हणाला, ''तुझ्या मालकीचं घर तुला चुटकीसरशी मिळणार आहे बघ!''

रिटा खूश होऊन हसली. ती सीनच्या ऑफिसच्या बाहेर पडली, तेव्हा त्यानं डॅनला फोन केला आणि त्याला जेवणासाठी भेटायचं आमंत्रण दिलं. ते दोघे बालपणापासूनचे मित्र होते. डॅन हा एक खराखुरा उद्योजक होता. स्थावर-व्यवहाराच्या क्षेत्रातला तो अत्यंत जाणता असा सर्वेसर्वा होता. त्याचं व्यक्तिमत्त्व मोठं उमदं होतं आणि जगात कोणतीही गोष्ट अशक्य कोटीतली असूच शकत नाही, अशी त्याची धारणा होती.

सीननं जेव्हा 'ड्रीम मॅनेजर' ह्या उपक्रमाबद्दल त्याला पहिल्यांदा सांगितलं, तेव्हा डॅनला ती संकल्पना मोठी अफलातून वाटली.

त्यानंतर जेव्हा सीननं त्याला रिटाच्या एकूण परिस्थितीची आणि तिच्या घराबाबतच्या स्वप्नाची कल्पना दिली, तेव्हा डॅननं सगळं लक्षपूर्वक ऐकून घेतलं. दहा जन्मं पुरून उरेल एवढा पैसा डॅनजवळ जमा झालेला होता. त्याला अजूनही फायद्याचा सौदा करण्यात मौज वाटत असली, तरी आजकाल त्याला खरंखुरं समाधान लाभत असे, ते इतरांना मदत करता आल्याबद्दल!

त्या आठवड्यात एकत्र जेवण घेत असताना, डॅननं सीनला मदत करण्याचं आश्वासन दिलं आणि रिटासाठी योग्य असं घर शोधण्यासाठी तो त्याच्या कर्मचाऱ्यांना कामाला लावेल, असं त्यानं सीनला सांगितलं.

सायमनचा मित्र

ग्रेग सायमनच्या ऑफिसात आला, तेव्हा सायमननं टेबलावर तंगड्या पसरून डोळे मिटलेले होते.

आपल्या उपस्थितीची जाणीव करून देण्यासाठी ग्रेग म्हणाला, "तुझी झोपमोड केल्याबद्दल क्षमा कर." सायमननं त्याचे डोळे टिपले परंतु तो खरोखरच झोपला होता की नाही, याबद्दल ग्रेगला खात्री वाटत नव्हती.

त्यानं सायमनला प्रश्न केला, "काय चाललंय तुझं?"

"स्वप्नरंजन!" सायमन म्हणाला.

"व्वा! यासाठी मी तुम्हाला पगार देतो की काय?" ग्रेगनं उपरोधानं विचारलं.

सायमन हसून म्हणाला, "खरं सांगायचं, तर हो! नुकतीच मी हेन्री फोर्डबद्दल एक हकीकत वाचली होती : तो आलेल्या पाहुण्यांना आपली फॅक्टरी दाखवत होता. एका दारापुढून ते जात असताना, खोलीतला माणूस टेबलावर तंगड्या पसरून डोळे मिटून बसलेला त्यांना दिसला. आलेल्या पाहुण्यांनी फोर्डला विचारलं की हा माणूस

कामाच्या जागी झोपा काढताना पाहून त्याला काहीच कसं वाटत नाहीये. फोर्डनं त्यांना समजावून सांगितलं की तो माणूस झोपलेला नव्हता, तो स्वप्नं पाहात होता. त्यांनी फोर्डला विचारलं, "त्याबद्दल तुला राग येत नाही?" फोर्डनं उत्तर दिलं, "अजिबात नाही! त्याचं तेच काम आहे. याच माणसानं सहा सिलिंडर्सचं इंजिन असलेल्या मोटरचा शोध लावलाय, त्यानंच डिस्क-ब्रेक्सची निर्मिती केलीय. माझ्या प्रतिस्पर्ध्यांना अशक्यप्राय वाटतील, अशा गोष्टींची स्वप्नं पाहाणं हेच या माणसाचं काम आहे!"

ग्रेग म्हणाला, "तुझ्या स्वप्नांमध्ये व्यत्यय आणल्याबद्दल क्षमा कर. 'ड्रीम मॅनेजर' संकल्पनेची कार्यवाही कितपत यशस्वी होतेय, याची चौकशी करण्यासाठी मी तुझ्या ऑफिसात डोकावलो होतो."

सायमन म्हणाला, "कार्यवाही उत्तम प्रकारे चालली आहे. दोन आठवड्यांतच जेफ त्याच्या प्रवासाला प्रारंभ करेल. सीनच्या मदतीनं हिशोबखात्यात काम करणाऱ्या सूझननं नुकतीच नवी मोटरकार विकत घेतलीय. ड्रीम मॅनेजर संकल्पनेच्या साहाय्यानं मायकेल त्याच्या लग्नाच्या वाढदिवसासाठी त्याच्या पत्नीसह समुद्रप्रवास करणार आहे आणि येत्या सहा महिन्यांमध्ये रिटाला तिच्या स्वप्नातलं, स्वतःच्या मालकीचं घर घेता येईल, याबद्दल मला अजिबात शंका वाटत नाहीय."

"आणि लोकांचं सोडून जायचं प्रमाण?" ग्रेगनं विचारलं.

"सर्वांत नवे आकडे सँड्राजवळ आहेत, पण हे प्रमाण सतत घटतंच आहे. मला पळायला हवं. लंचच्या वेळी मला परत एकाला भेटायचंय. तिथून परत आलो की सँड्राजवळचे नवे आकडे घेऊन मी तुझ्याकडे येईन आणि आपण त्याबाबत पुढली चर्चा करू."

बिझनेस-स्कूलमधल्या त्याच्या एका मित्राबरोबर सायमननं दुपारचं जेवण घेतलं. ते महिन्यातून एकदा एकत्र जेवण घ्यायचे आणि ताज्या बातम्यांची देवाणघेवाण करत नवीन सुचलेल्या

कल्पना एकमेकांजवळ पडताळून पाहायचे. परंतु गेल्या नऊ महिन्यांत ते भेटलेले नव्हते. एड हा बँकर होता. ओहायो, इंडियाना आणि केंटकी ह्या तीन राज्यांची जबाबदारी पेलणारा तो विभागीय व्यवस्थापक होता.

सायमननं एडला विचारलं, "काम कसं काय चाललंय?" सायमननं हा औपचारिक स्वरूपाचा प्रश्न विचारला खरा, परंतु उत्तर त्याला आधीच माहीत होतं.

एड म्हणाला, "अजूनही माणसं सोडून जाण्याच्या समस्येवर आम्ही मात करू शकलेलो नाही. गेल्या महिन्यात सर्व विभागीय व्यवस्थापकांची राष्ट्रीय बैठक झाली, त्याला मी उपस्थित राहिलो होतो. आमच्या अध्यक्ष्यांनीही तीन मुख्य धोरणात्मक उद्दिष्टांमध्ये ह्या समस्येला रोखण्याचा समावेश केला आहे. येत्या पाच वर्षांमध्ये हे आमच्यापुढचं सर्वांत मोठं आव्हान असणार आहे!"

सायमन म्हणाला, "तुमच्या प्रतिस्पर्ध्यांपुढेसुद्धा हीच समस्या असेल, नाही का?"

"हो! आहेच! पण त्यामुळे आमचा प्रश्न सुटत नाही! खरंतर कर्मचारी सोडून गेल्यामुळे नफ्याला खूपच गळती लागते. गेल्यावर्षी बँकेच्या वार्षिक नफ्याच्या तीस टक्के एवढा या समस्येवरला खर्च होता. ॲडमिरल कंपनीत याबाबत काय परिस्थिती आहे? तुमच्या इथली याबाबतची स्थिती आमच्याहूनही भीषण आहे हे मला ठाऊक आहे." सायमन हसून म्हणाला, "आमच्याकडे आता चित्र पालटलंय." सायमनच्या चेहऱ्यावरून एडनं ओळखलं की, सायमनच्या पोटातलं गुपित त्यानं अजून उघडं केलेलं नव्हतं.

एडनं विचारलं, "चित्र पालटलंय म्हणजे काय?"

"कर्मचाऱ्यांचं सोडून जायचं प्रमाण गेल्या वर्षांत ५० टक्केनी घटलंय आणि आता ते प्रमाण आणखी-आणखी घटतंच आहे."

पुढच्या अर्ध्या तासात सायमननं त्याला सर्वेक्षणं, फिरत्या बस-सेवेची सुविधा आणि 'ड्रीम-मॅनेजर' संकल्पनेचा विकास आणि कार्यवाही याबद्दल विस्तारानं माहिती दिली. एड थक्क होऊन ऐकत राहिला, परंतु काही वेळानं एडचा उत्साह ओसरू लागलाय याची सायमनला जाणीव व्हायला लागली. "काय झालं?" त्यानं एडला विचारलं.

निरुत्साही होऊन एड म्हणाला, "ही संकल्पना सफाई कामगारांबाबत यशस्वी झाली, परंतु बँकर्ससाठी ती उपयोगी पडणार नाही."

सायमननं त्याला खोचून विचारलं, "का? बँकर्स स्वप्न पाहात नाहीत?"

चाचरत एड म्हणाला, "अर्थातच पाहतात! पण –"

सायमननं नेटानं विचारलं, "पण काय? आमच्या लोकांप्रमाणे ते सुद्धा स्वप्नं पाहतात. त्यांची स्वप्नं वेगळी असतील! पण त्यांचीही स्वप्नं असतातच! त्यांच्यासाठी ही संकल्पना उपयुक्त ठरेल. किंबहुना अधिकच उपयुक्त ठरेल. विचार कर! तुमच्या कर्मचाऱ्यांना तर या संकल्पनेमुळे फायदा होईलच, पण ते स्वतःच तुमच्या ग्राहकांसाठी 'ड्रीम मॅनेजर' म्हणून मदत करू शकतील. जेव्हा कर्मचारी 'ड्रीम मॅनेजर'चं समुपदेशन घेण्यासाठी येतो, तेव्हा 'ड्रीम मॅनेजर' त्याला पहिला प्रश्न विचारतो, 'तुझं स्वप्न काय आहे?"

एड सायमनकडे आश्चर्यानं बघायला लागला. गेल्या वेळेस ते दोघे भेटले होते, त्याहून आताचा सायमन आमूलाग्र वेगळा होता. तो उत्तेजित झालेला दिसत होता.

सायमन पुढे म्हणाला, "दर वेळेस ग्राहक बँकेत आला की, तुमच्या कॅशियरनं त्याला हा प्रश्न विचारायला हवा : तुमचं काय स्वप्न आहे? कदाचित ग्राहक कोणतंही उत्तर देणार नाही; परंतु या प्रश्नामुळे तो विचार नक्कीच करू लागेल."

एड आता चकित होऊन सायमनच्या तोंडाकडे पाहायला

लागला होता.

"काही काळात तुम्ही तुमच्या खास ग्राहकांसाठी 'ड्रीम मॅनेजर'कडून समुपदेशनाची सुविधा पुरवू शकाल. त्यामुळे तुमच्या विशेष ग्राहकांची तुमच्याबद्दलची निष्ठा किती वाढेल याचा विचार कर! अधिक विचार करता, मला वाटतंय की, ही सुविधा तुम्ही आताच काही अंशी पुरवत आहात. तुमचे आर्थिक सल्लागार ड्रीम मॅनेजरची भूमिका काही अंशी आताच वठवत आहेत. त्यांना प्रशिक्षण दिलं की, ते 'ड्रीम मॅनेजर'चं काम उत्कृष्टरित्या पार पाडू शकतील. कारण त्यांनी दिलेल्या आर्थिक सल्ल्यामुळे लोकांना स्वप्नपूर्ती करण्यासाठी प्रेरणा मिळते. आपली स्वप्नंच आपल्याला क्रियाशील बनवत असतात. तुम्ही तुमच्या कर्मचाऱ्यांना आपापली स्वप्नं अधोरेखित करायला आणि आपापल्या स्वप्नांची पूर्तता करायला मदत केलीत, तर ते कर्मचारी हेच काम तुमच्या ग्राहकांसाठी करू शकतील आणि तुमच्या व्यवसायाची भरभराट होईल."

जेवणानंतर एड आपल्या ऑफिसात परत गेला, त्यानं दरवाजा लोटून घेतला आणि गोंधळून गेलेल्या मन:स्थितीत तो नुसता बसून राहिला. त्या दिवशीच काही तासांनी त्यानं सायमनला फोन केला आणि बँकेत 'ड्रीम मॅनेजर' हा प्रकल्प सुरू करण्यासाठी त्यानं सायमनला नोकरी देऊ केली.

सायमननं नोकरीचा प्रस्ताव नाकारला, परंतु त्यांच्या कंपनीतल्या नेतृत्वगुण असलेल्या गटाला भेटून त्यांना ही संकल्पना समजावून देण्याची त्यानं तयारी दर्शवली. एडला 'ड्रीम-मॅनेजर'या पदासाठी योग्य अशी व्यक्ती शोधण्यासाठी त्यानं मार्गदर्शन केलं. एडच्या कंपनीतल्या नेतृत्वगुण असलेल्या गटाची, ह्या प्रक्रियेची माहिती करून देण्यासाठी त्यानं सीनशी आणि ॲडमिरल कंपनीतील काही कर्मचाऱ्यांशी भेट घडवून आणली.

एडनं सायमनला विचारलं, "येत्या गुरुवारी तू काय करणार

आहेस?''

सायमन हसत-हसत म्हणाला, ''माझं स्वप्न प्रत्यक्षात जगणार आहे!''

सायमन स्वत:ला अलौकिक प्रतिभावंत समजत नव्हता, परंतु आता त्याला कोणी नक्कीच वेडा समजणार नाही, याबद्दल त्याला विश्वास वाटायला लागला होता. अनेक वर्षांनी आपल्याला आपल्या अस्तित्वाबद्दल, आपल्या स्थानाबद्दल आणि आपल्या कार्याबद्दल समाधान वाटतंय, याची त्याला जाणीव व्हायला लागली होती.

इंग्रजीचे वर्ग

सीनच्या आगमनापूर्वी सायमन आणि सँड्रा यांनी लोकांच्या स्वप्नांबद्दल जे सर्वेक्षण केलेलं होतं, त्यावर सीन फावल्या वेळात नजर टाकायचा. सायमननं त्याला पहिल्यांदा हे पद देऊ केलं होतं, तेव्हा हे काम कोणत्या प्रकारचं आहे, याचा अंदाज येण्यासाठी त्याने ते अहवाल डोळ्याखालून घातलेले होते; परंतु आता तो ते अधिक काळजीपूर्वक वाचत होता.

सुरुवातीच्या काही दिवसांमध्येच त्याच्या लक्षात आलेलं होतं की, आपल्या मालकीचं घर असावं हे स्वप्न अनेकांनी उराशी बाळगलं होतं; परंतु आता त्याला त्यांच्या अन्य स्वप्नांचा शोध लावायचा होता.

ॲडमिरल कंपनीतले ६५ टक्केपेक्षा अधिक कर्मचारी अल्पसंख्याक समाजातून आलेले होते आणि ५० टक्के कर्मचारी स्पॅनिश भाषिक होते. त्यातल्या अनेकांना इंग्रजी भाषा बोलता येत नव्हती आणि त्यांच्या पर्यवेक्षकांना इंग्रजी बरोबरच स्पॅनिश भाषा अवगत असणं गरजेचं होतं. त्याला पर्यायच नव्हता.

सर्वाधिक स्पॅनिश भाषिक कर्मचाऱ्यांचं स्वप्न होतं इंग्रजी शिकण्याचं.

सीननं स्थानिक कॉलेजबरोबर संपर्क साधला आणि तिथल्या एका प्राध्यापकाकरवी आठवड्यातून दोनदा इंग्रजीचे वर्ग भरवण्याची व्यवस्था करून दिली. दुपारच्या आणि संध्याकाळच्या कामाच्या पाळ्यांच्या मधल्या काळात कर्मचारी इंग्रजीच्या वर्गासाठी नाव-नोंदणी करू शकायचे आणि मुख्यालयात ते वर्ग भरवले जायचे.

या उपक्रमाला प्रचंड प्रतिसाद मिळाला.

तीन आठवड्यांनी सीनला आणखी एका प्राध्यापकाला इंग्रजी शिकवण्याची विनंती करावी लागली आणि त्यांनी आणखी दोन वर्ग सुरू केले. सहा आठवड्यांनी कर्मचाऱ्यांच्या विनंतीवरून, त्यांनी त्यांच्या मुलांनासुद्धा इंग्रजीच्या वर्गांमध्ये उपस्थित राहायला परवानगी दिली. अनेक कर्मचारी जन्मानं अमेरिकेचे नागरिक नव्हते; घरात ते स्पॅनिश भाषाच बोलायचे. त्यामुळे शाळेतील इंग्रजी भाषा त्यांच्या मुलांना अवघड वाटायची.

त्यानंतर एके दिवशी दुपारी सीन ऑफिसात बसलेला असताना दरवाजावर टक्ऽऽ टक्ऽ झाली. रॉब नावाचा विभागीय अधिकारी दाराबाहेर उभा होता. त्याला इंग्रजीच्या एका वर्गात शिकवायची इच्छा होती आणि त्यानं बातमी आणली की, कुणाला स्पॅनिश भाषा शिकावीशी वाटत असली, तर ॲडमिरलमधला एक कर्मचारी ती भाषा शिकवायला तयार आहे.

सीन म्हणाला, "मला ही कल्पना आवडतेय, पण त्यामुळे समस्या वाढू शकतील. आपल्या पर्यवेक्षकांना हाताखालच्या कर्मचाऱ्यांकडून शिकणं कितपत रुचेल हे सांगता येत नाही."

रॉब म्हणाला, "सीन, मी त्याबाबत विचार केलाय. पण एखाद्या सफाई कर्मचाऱ्याला त्याच्या सहकाऱ्याला आणि पर्यवेक्षकाला आपली भाषा शिकवण्याची संधी लाभली, तर त्याला किती अभिमान वाटेल बरं! सर्व कर्मचाऱ्यांमध्ये मित्रत्वाची भावना वाढावी हे आपलं प्रामाणिक उद्दिष्ट असेल, तर हे त्या दिशेनं उचललेलं अत्यंत महत्त्वाचं पाऊल ठरेल."

सीन म्हणाला, "त्यासाठी अंगी विनम्रता असणं आवश्यक

आहे.''

रॉब सहमती दर्शवत म्हणाला, ''अगदी बरोबर! पण ह्या विनम्रतेमुळे एकजूट वाढेल आणि 'ते विरुद्ध आम्ही' हा वैरभाव वितळवायला मदत होईल. ही कामगिरी कोणत्याही भाषणानं आणि छापील पत्रकानं साधली जाणार नाही.''

''ठीक आहे. आपण हा प्रयोग करून पाहू या. इंग्रजी, स्पॅनिश ह्या दोन्ही भाषा जाणणारे एक-दोन कर्मचारी शोधण्यासाठी मला मदत कर.'' सीन समारोप करत म्हणाला.

तपासणी

जसजसे आठवडे उलटत गेले, तसतसं सीनचं अंत:करण समाधानानं अधिक अधिक भरत गेलं. व्यवसायाच्या या टप्प्यावर आपलं व्यावसायिक जीवन इतकं आमूलाग्र बदलून जाईल, याची त्याला पुसटशीही कल्पना नव्हती. गेली नऊ वर्षं तो आर्थिक सल्लागार या नात्यानं जे काम करत होता, तसंच काम काहीदृष्ट्या तो आतासुद्धा करत होता. फक्त आताचं त्याचं काम अधिक व्यापक स्वरूपाचं होतं. माल खपवण्याऐवजी त्याचं लक्ष कर्मचाऱ्यांच्या स्वप्नांवर केंद्रित झालेलं होतं आणि कर्मचारीसुद्धा आपलं मन त्याच्यापुढे नि:शंकपणे उघडं करत होते.

दररोज तो वेगवेगळ्या कर्मचाऱ्यांना भेटून त्यांच्या स्वप्नांबद्दल माहिती करून घेत होता आणि आधीच्या बैठकीत ह्या स्वप्नांच्या पूर्ततेसाठी त्यांनी आखलेल्या धोरणांबाबतच्या प्रगतीचा आढावा घेत होता. सायमनचा मित्र एड आणि त्याचे सहकारी यांचीसुद्धा त्यानं भेट घेतली होती. वित्त-नियोजन-सल्लागारांच्या राष्ट्रीय संघटनेकडून त्यांच्या वार्षिक परिषदेत, 'ड्रीम मॅनेजर' उपक्रमाबद्दल भाषण देण्यासाठीचं आमंत्रण सीनकडे त्या सकाळीच पोहोचलेलं होतं.

सायमन सीनला हवी ती मदत नेहमीच तत्परतेनं पुरवायचा, परंतु सीनच्या दैनिक कामकाजात मात्र तो अजिबात हस्तक्षेप करायचा नाही. ड्रीम मॅनेजर या नात्यानं लोकांचा विश्वास मिळवण्यासाठी आणि हा उपक्रम यशस्वी करण्यासाठी त्यानं सीनला संपूर्ण मोकळीक दिलेली होती. परंतु ह्या उपक्रमाच्या प्रगतीचा आढावा घेण्यासाठी आज त्यानं सीनची भेट ठरवली होती.

सायमननं विषयाला तोंड फोडत विचारलं, "तुला सर्वांत जास्त आश्चर्य कसलं वाटलं?"

सीन म्हणाला, "हा उपक्रम राबवण्याच्या प्रक्रियेत माझं स्वत:चं आयुष्य इतकं बदलून गेलं आहे म्हणून सांगू! त्याचं मला सतत आश्चर्य वाटत असतं. माझी नेमणूक कर्मचाऱ्यांच्या आयुष्यात परिवर्तन घडवण्यासाठी होती, परंतु माझ्या आयुष्यात तेच परिवर्तन घडवत आहेत!"

"ते कसं काय?" अधिक जाणून घेण्यासाठी सायमननं सीनला बोलतं केलं.

सीन टेबलावरच्या त्याच्या पुढ्यातल्या कागदपत्रांची चाळवाचाळव करत म्हणाला, "मी तुला दोन उदाहरणं देतो. आजवर माझ्या मेंदूत हातोडीनं ठोकून बसवल्यासारखी पक्की बसवलेली स्वप्नंच मी पाहात होतो. ती स्वप्नं आव्हानात्मक असली तरी मला माझ्या ओळखीच्या परिघाबाहेर जावं लागेल अशी नव्हती. आता मी जी स्वप्नं पाहायला लागलो आहे, ती मला माझ्या सवयीच्या परिघाबाहेर खेचणारी आहेत आणि ही गोष्ट जेवढी भीतिदायक तेवढीच थरारकसुद्धा आहे."

"दुसरं उदाहरण कोणतं?" सायमननं विचारलं.

"माझ्या पत्नीबरोबरचं माझं नातं! गेली अनेक वर्षं माझी स्वप्नं पूर्ण क़रण्यासाठी ती किती तत्पर आणि आधारभूत होती, याची मला तीव्रतेनं जाणीव व्हायला लागली आहे आणि तिच्या स्वप्नांकडे मी किती दुर्लक्ष केलंय, हे सुद्धा मला

प्रकर्षानं जाणवायला लागलं आहे. आम्ही तिच्या मनातल्या स्वप्नांबद्दल चर्चा करायला सुरुवात केली आहे आणि तिच्या आशा-आकांक्षांची केवढी गळचेपी घडली आहे, याची मला जाणीव व्हायला लागली आहे. तिला एक छोटासा व्यवसाय सुरू करायचाय. त्यासाठी तिनं सध्याची तिची पूर्णवेळाची नोकरी सोडून अर्धवेळाची नोकरी घ्यावी आणि उरलेल्या अर्ध्या वेळात व्यवसायाला सुरुवात करावी, असा आम्ही दोघांनी मिळून निर्णय घेतला आहे. आम्ही त्यादृष्टीनं आमच्या अंदाजपत्रकाची फेरआखणी केली आहे. सुरुवातीला आम्हाला काटकसर करावी लागेल, पण तिच्या स्वप्नांची पूर्तता करण्यासाठी तेवढं करणं योग्य ठरेल, असं मला वाटतं.''

सायमन हसला. थोड्याच महिन्यांपूर्वी थोरोनं वर्णन केलेली पराकोटीची निराश मन:स्थिती त्यानं स्वत:ही अनुभवली होती. परंतु आता त्याचं मन शांततेनं आणि समाधानानं काठोकाठ भरून गेलेलं होतं.

''आणि कर्मचाऱ्यांबरोबरचं काम? ते कसं चाललंय?''सायमननं सीनला विचारलं.

''फारच छान! सायमन, हा अनुभव मनाला विनम्र करणारा आहे! हे लोक माझ्यापाशी येऊन त्यांचं अंत:करण उघडून दाखवतात, त्यांच्या आयुष्याबद्दल मनमोकळी चर्चा करतात हा सद्‌गदित करणारा अनुभव आहे. त्यामुळे माझ्या मनात त्यांच्याबद्दल जबाबदारीची भावना निर्माण होते. ''

''माझ्या मदतीची काही गरज आहे का?'' सायमननं त्याला विचारलं.

सीन म्हणाला, ''एक गोष्ट तुझ्या कानांवर घालायची आहे.'' क्षणभर थांबून तो पुढे म्हणाला, ''या अनेकांना कोणत्या तरी प्रकारच्या बारीकसारीक कायद्याच्या सल्ल्याची गरज पडते. ह्या फार मोठ्या गोष्टी नसतात, परंतु त्या माझ्या ज्ञानाच्या कक्षेबाहेरच्या असतात आणि त्याबद्दलची माहिती शोधण्यात

माझा खूप वेळ खर्ची पडतोय. एखाद्या स्थानिक लॉ-फर्मशी संपर्क साधून ते एखाद्या वकिलाचा सल्ला फुकट किंवा अल्पशुल्कात देऊ शकतील का, याबद्दल मला चौकशी करावीशी वाटतेय. महिन्यातून चार तास जरी ते आपल्या कर्मचाऱ्यांचं शंकानिरसन करू शकले, तरी खूप मदत होईल. तुझं काय मत आहे?''

सायमन म्हणाला, ''कल्पना उत्तम आहे. 'बर्क ॲन्ड व्हाइट' लॉ फर्ममधल्या स्टीव्ह जेकबसनला फोन कर आणि विचार की, त्यांच्या 'जनहित उपक्रमा'त ते ह्या गोष्टीचा समावेश करू शकतील का? तू कोण आहेस हे त्याला सांग आणि तू माझा सहकारी आहेस हे सुद्धा सांग. त्यांची आपल्याला मदत होऊ शकेल.''

दैनंदिन कामकाज

दिवसांचे आठवडे झाले. आठवडेसुद्धा उलटले. सीन एकेकट्या कर्मचाऱ्याची भेट घेतच होता. प्रत्येक कर्मचाऱ्याची भेट घेतल्यावर त्यांनी मनात कोंडून ठेवलेल्या स्वप्नांबाबत सीनला माहिती मिळत होती आणि लोकांच्या गळचेपी झालेल्या आशा-आकांक्षांची त्याला जाणीव होत होती.

त्याची कामातली व्यस्तता दिवसागणिक वाढतच होती. ड्रीम मॅनेजरला भेटण्याची इच्छा अधिकाधिक कर्मचारी व्यक्त करत होते.

आपल्या स्वप्नांना केवळ शब्दांमध्ये व्यक्त केलं की, आपला स्वप्नपूर्तीच्या दिशेचा प्रवास ताबडतोब कसा सुरू होतो, हे पाहून सीनला वाटणारं आश्चर्य दिवसेंदिवस वाढतच चाललं होतं. त्याच्या डोळ्यांसमोर कर्मचाऱ्यांमध्ये घडणारं परिवर्तन त्याला स्पष्ट दिसत होतं. काही महिन्यांपूर्वी ते ज्या समस्यांना तोंड देत होते, त्या समस्या अजूनही शिल्लक होत्या; परंतु

आता त्यांच्या अंत:करणात आशा निर्माण झालेली होती.

कोणीतरी योजना आखून त्या दिशेनं पावलं टाकली जात असल्यामुळे या आशेचा जन्म झालेला होता. दुर्दैवानं अनेकांजवळ बसून त्यांना मार्गदर्शन करण्याची तसदी आजवर कुणालाही घ्यावीशी वाटली नव्हती.

अनेक कर्मचाऱ्यांच्या विनंतीनुसार सीननं आता कर्मचाऱ्यांच्या जोडीदारालाही ह्या बैठकीत उपस्थित राहण्याची परवानगी दिलेली होती. ह्यामुळे काही आश्चर्यकारक परिणाम आणि फायदे व्हायला लागले होते. ह्या स्वप्नांबाबतच्या बैठकीत उपस्थित राहणं, हा अनेक पति-पत्नींच्या दृष्टीनं एक आगळावेगळा अनुभव होता. या अनेक कर्मचाऱ्यांचे पती वा पत्नी दुसऱ्या कंपन्यांमध्ये काम करत होते आणि त्यामुळे त्यांना जाणीव होत होती की, हा उपक्रम अगदी आगळा-वेगळा आहे.

डॅनियलची पत्नी हे यासाठी उत्तम उदाहरण होतं. डॅनियल सत्तावीस वर्षांचा होता आणि तो ॲडमिरल कंपनीत गेली चार वर्षं सफाई कामगार म्हणून काम करत होता. त्याची पत्नी रेचल ही गावाच्या मध्यवर्ती भागातल्या हॉस्पिटलमध्ये काम करत होती. डॅनियल सीनला गेले सहा महिने 'स्वप्नांच्या बैठकी'साठी भेटत होता. आता-आताच त्यानं सीनजवळ पुढल्या बैठकीसाठी त्याच्या पत्नीला आणण्याची परवानगी विचारली होती.

त्या दोघांच्या उपस्थितीतली पहिली बैठक संपल्यावर सीननं डॅनियलची पत्नी रेचल हिला विचारलं, ''तुझं एकंदरीत काय मत झालं?''

तिनं उत्तर दिलं, ''हे सारं अत्यंत विस्मयकारक आहे.'' ती भारावून गेल्याचं स्पष्टपणे जाणवत होतं.

''तुला काय म्हणायचंय?'' खोलात शिरून माहिती काढायच्या हेतूनं सीननं विचारलं.

रेचल म्हणाली, ''गेली तीस मिनिटं माझ्या मनातला आवाज मला प्रश्न विचारतोय : 'तुझ्या पर्यवेक्षकाला तुझ्या भविष्याबद्दल

कितपत आस्था आहे, असं तुला वाटतंय? तुझ्या कंपनीच्या मालकाला तुझ्या भविष्याबद्दल कितीशी कळकळ आहे? तुझ्या वैयक्तिक विकासाबद्दल त्यांना आस्था आहे?' ''

''या प्रश्नाचं उत्तर आहे की, या कोणत्याही गोष्टीची त्यांना अजिबात पर्वा वाटत नाहीय. आणि वाटत असली तरी ती त्यांनी माझ्यापुढे व्यक्त करायची तसदी घेतलेली नाही! तुम्ही डॅनियलसाठी, माझ्यासाठी आणि अन्य कर्मचाऱ्यांसाठी जे काही करत आहात, ते अतिशय प्रभावी आहे... आणि मला तुमच्यापुढं माझी अपार कृतज्ञता व्यक्त करायची आहे!''

रेचल थांबली, पण तिला आणखी बोलायचंय हे सीनला जाणवलं. प्रदीर्घ स्तब्धतेनंतर भरून आलेल्या डोळ्यांनी ती म्हणाली, ''डॅनियल पूर्णपणे बदलला आहे. आजकाल प्रत्येक गोष्टीबाबत त्याला जी उमेद आणि ऊर्जा वाटतेय, ते पाहून मी थक्क होते. त्यामुळे तो एक अधिक चांगला पती आणि पिता बनला आहे. आणि तो अधिक चांगला कर्मचारीसुद्धा बनला असेल, याबद्दल मला अजिबात शंका वाटत नाही. आमची मैत्री झाली, त्या काळानंतर आता प्रथमच आम्ही दोघं मिळून काही स्वप्नं पाहू लागलो आहोत; आम्ही भविष्याबद्दल नुसतं बोलतोय एवढंच नाही तर दोघे मिळून आमचं भविष्य घडवू लागलो आहोत! यामुळे आमची आयुष्यं किती बदलून गेली आहेत! आणि स्वप्नांचा पाठपुरावा करणाऱ्या पतीच्या सहवासातून किती आनंद मिळतोय, हे मी तुम्हाला शब्दांत सांगू शकत नाहीय!''

दिवसागणिक अशा अनेक घटना सीनला दिसत होत्या. सायमन आणि ग्रेगनं उचललेलं हे पाऊल किती सुज्ञपणाचं होतं, हे तो त्या दोघांच्या निदर्शनाला आणून देत होता.

ह्या कार्यात हातभार लावण्याची संधी लाभल्याचा सीनला मनापासून आनंद वाटत होता.

घर

एखाद्या कर्मचाऱ्याचं मोठं स्वप्न प्रत्यक्षात उतरवायला मदत करणं अत्यंत महत्त्वाचं आहे, हे सायमन जाणून होता. हा उपक्रम यशस्वी होण्यासाठी प्रारंभीच घवघवीत यश मिळणं अतिशय महत्त्वाचं आहे, याची सायमनला पूर्णपणे जाणीव होती. काही स्वप्नांची पूर्तता चटकन झालेली दिसली की, आणखी आणखी कर्मचारी ह्या उपक्रमात सहभागी होतील याची त्याला खात्री वाटत होती.

सायमननं आपली भावना सीनपर्यंत पोहोचवली होती. सायमनचं म्हणणं मनावर घेऊन तोसुद्धा नेटानं प्रयत्न करत होता.

एखाद्या कर्मचाऱ्याचं मोठं स्वप्न वास्तवात उतरवणं अत्यंत महत्त्वाचं आहे, याची पूर्णपणे जाणीव असल्यामुळे सीननं रिटाच्या घराबाबतच्या स्वप्नावर लक्ष केंद्रित केलेलं होतं आणि असं घर शोधायला तो तिला मदत करत होता. घर विकत घेण्याबाबतच्या प्रत्येक प्रक्रियेत तो रिटाच्या बरोबरीनं सहभाग घेत होता आणि अखेरीस रिटाचं घराचं स्वप्न फलद्रुप होणार होतं. पहिल्या काही महिन्यांमध्ये अनेकांची छोटी-छोटी स्वप्नं त्यानं वास्तवात उतरवायला मदत केलेली होती, परंतु मोठं स्वप्न फलद्रुप करून देण्याची मात्र ही पहिलीच वेळ होती!

बँकेबरोबर अखेरचा व्यवहार करून कागदपत्रांवर सह्या करताना, सीन रिटाबरोबर गेला होता आणि त्यानंतर रिटाला तिच्या नव्या घरी नेण्यासाठी सीन आणि रिटासोबत सँड्रा आणि सायमनसुद्धा आले होते. घरापुढल्या पोर्चमध्ये गाडी थांबवताना सीन म्हणाला, "हे घर आता तुझं एकटीचं आहे!" गाडीच्या पुढल्या सीटवर, सीनजवळ बसलेली रिटा हर्षोत्फुल्ल झालेली दिसत होती

"तुझे आभार कोणत्या शब्दांत मानावे हेच मला कळत नाहीये! मी चौपन्न वर्षांची आहे आणि तोवर – एकशेबत्तीस दिवसांपूर्वी पर्यंत – माझी स्वप्नं काय आहेत कुणीही मला विचारलं नव्हतं. कुण्णी-कुण्णी विचारलं नव्हतं!" रिटा म्हणाली. तिची कृतज्ञता स्पष्टपणे जाणवत होती. सायमन, सँड्रा आणि सीन यांनासुद्धा इतकं कृतकृत्य वाटत होतं की, ते शब्दांनी व्यक्त करणं केवळ अशक्य होतं.

ड्रीम-मॅनेजरला प्रथम भेटल्यानंतर बरोब्बर एकशेबत्तीस दिवसांनी, रिटानं तिच्या नव्या घरात प्रवेश केला होता. ह्या दिवसाची ती आतुरतेनं प्रतीक्षा करत होती. मुद्दलाची रक्कम अजिबात द्यावी लागली नव्हती आणि घरासाठीच्या कर्जाच्या व्याजाचा आणि मुद्दलफेडीचा मासिक हप्ता ती यापूर्वी देत असलेल्या घरभाड्याहून थोडासाच जास्त होता. तिच्या कुटुंबीयांपैकी स्वत:च्या मालकीचं घर घेऊ शकलेली ती पहिलीच व्यक्ती होती.

तिच्याहून अधिक आनंदात असलेली व्यक्ती पूर्ण भूतलावर शोधूनही सापडली नसती! 'ड्रीम-मॅनेजर' उपक्रमाच्या यशस्वितेचं रिटा हे चालतं-बोलतं प्रतीक होतं.

"तू ड्रीम-मॅनेजरला भेटायला जाणार नसलीस, तर तुझं डोकंच तपासून घ्यायला हवं!" ती एका तरुण वयाच्या कर्मचारी-स्त्रीला म्हणताना एका व्यवस्थापकानं ऐकलं होतं. तिच्या गटात काम करणाऱ्या एका तरुण वयाच्या कर्मचाऱ्याला रिटा म्हणाली होती, "तुझ्यावर अन्याय झालाय असं तुझ्या बोलण्यातून वारंवार जाणवत असतं, पण तू अजूनही ड्रीम-मॅनेजरची भेट घेण्यासाठीच्या यादीत तुझं नाव नोंदवलेलं नाहीस... त्यामुळे सारा दोष इतर कुणाचा नसून तुझाच एकट्याचा आहे! एक तर तू कोणतंही स्वप्न उराशी जपलेलं नाहीस किंवा तुझ्या स्वप्नांची तुला भीतीतरी वाटतेय! या दोहोंपैकी मला कोणतं कारण मुख्य वाटतंय, ते तुला कळलंच असेल!"

रिटानं आपल्या मालकीचं घर घेतल्याची बातमी कंपनीत वणव्यासारखी पसरली. प्रत्येक जण तिच्या घराबद्दलच बोलायला लागलं आणि सर्वांनी आपलं घर बघावं असं रिटालासुद्धा वाटत होतंच!

रिटा आपल्या घरावर, आपल्या कंपनीवर आणि आपल्या आयुष्यावर बेहद्द खूश होती. ग्रेगलासुद्धा स्वत:बद्दल, आयुष्याबद्दल आणि कंपनीबद्दल अशी कृतार्थतेची भावना यापूर्वी कधीही वाटलेली नव्हती. आपल्या कामातून इतकं समाधान लाभेल असं त्याला कधीही वाटलेलं नव्हतं. गेली वीस वर्षं त्याची समजूत होती की, त्या कंपनीत लोकांना जे काम करावं लागतंय, ते लोक अगतिकतेनं रेटत आहेत आणि ते काम लोक तसंच अनिच्छेनं रेटत राहणार आहेत; दुसरा कोणताही मार्ग नाही! पण आता सगळंच चित्र पूर्णपणे पालटलं होतं.

ग्रेग दररोज कामाच्या वेगवेगळ्या जागांवर जाऊन कर्मचाऱ्यांशी अनौपचारिक गप्पा मारण्यात आणि त्यांच्या स्वप्नांबद्दल त्यांना बोलतं करण्यात एक तास खर्चायला लागला. ड्रीम-मॅनेजर उपक्रमाबद्दलसुद्धा तो त्यांच्याशी अनौपचारिक गप्पा मारायला लागला. त्यांच्या स्वप्नांबद्दल अधिक जाणून घेतल्यावर त्याला दोन गोष्टींची प्रकर्षानं जाणीव झाली : आजवरच्या आयुष्यात तो अनेक व्यक्तींना, गोष्टींना आणि विविध संधींना गृहीत धरत आलेला होता. त्याला जाणवलेली दुसरी गोष्ट होती की, आपल्या हाताखाली काम करणाऱ्या कर्मचाऱ्यांची स्वप्नं, त्यांच्या वरिष्ठांना माहीत असणं अत्यंत गरजेचं आहे!

रिटाला तिचं घर मिळालं... आणि ॲडमिरल कंपनीत स्वप्नांचा प्रवाह खळाळून वाहू लागला....

ग्रेगचा प्रतिसाद

संचालक मंडळ एकत्र जमून ग्रेगच्या आगमनाची वाट

पाहात असताना कुणीतरी जेफला विचारलं, ''तुझी सफर कशी झाली हे तू आम्हाला अजूनही सांगितलेलं नाहीस!''

जेफ म्हणाला, ''फारच छान! अमेरिकाभर मोटरनं प्रवास करत वेगवेगळी स्थळं पाहणं ही अत्यंत आनंददायक गोष्ट तर होतीच, परंतु समँथाबरोबर ही सफर करता येणं, ही एका नव्या अनुभवाची सुरुवात होती.''

सर्व जण त्याच्या चेहऱ्याकडे बघतच राहिले. सर्वांना त्याच्या मानसिकतेत घडणारा बदल जाणवत होताच, परंतु आता त्यांच्यासमोर उभा असलेला जेफ ही एक निराळीच व्यक्ती होती. त्यांच्या गटामधला सर्वांत आडमुठा, निराशावादी आणि अडथळे आणणारा सदस्य आता आयुष्यात त्याला नव्यानं गवसलेल्या-आनंदाबद्दल मोकळेपणानं आणि प्रामाणिकपणानं बोलत होता.

जेफ पुढं म्हणाला, ''मी कबुली देतो की ह्या 'ड्रीम-मॅनेजर' उपक्रमाबद्दल सुरुवातीपासूनच माझ्या मनात अविश्वास होता; परंतु सफरीवरून परत आल्यापासून माझ्यात पूर्ण बदल घडलेला मला स्पष्टपणे जाणवतो आहे!''

सायमननं त्याला विचारलं, ''मग आता पुढली योजना कोणती?''

जेफ हसत म्हणाला, ''फार पूर्वीपासून समँथाची पॅरिस बघायची इच्छा आहे. सीननं आम्हाला बचतीबद्दल योजना आखायला मदत केलीय. पुढल्या उन्हाळ्यात आमचा एक-दोन आठवडे पॅरिसमध्ये घालवायचा बेत आहे.''

त्याच क्षणी ग्रेग खोलीत शिरला आणि तो अनेक वेळा करत असे, त्याप्रमाणे त्यानं आतासुद्धा खोलीत शिरण्यापूर्वीच बोलायला सुरुवात केली.

''तर आजचा चर्चेचा मुद्दा कोणता?''

मंडळानं चर्चेला सुरुवात केली आणि साधारणपणे पस्तीस मिनिटांनी सायमननं चर्चेसाठीचा शेवटला मुद्दा सांगितला.

"शेवटचा मुद्दा आहे 'ड्रीम-मॅनेजर' उपक्रमाचा आढावा."

सीननं संचालक मंडळापुढे अहवाल सादर केला. वस्तुत: आता अशा अहवालाची काहीही आवश्यकता नव्हती. तो सांगत असलेली प्रत्येक बातमी ॲडमिरलच्या वेगवेगळ्या ऑफिसेस्‌समध्ये केव्हाच पोहोचलेली होती!

ग्रेग म्हणाला, "आपण प्रत्येकाला घर घ्यायला मदत करू या." सायमन म्हणाला, "त्याची गरज नाही."

थोडा नाउमेद झालेला ग्रेग म्हणाला, "का नाही?" सायमननं त्याला समजावून सांगितलं, "कारण प्रत्येकाचं स्वप्न वेगळं असतं."

सीन म्हणाला, "सायमनचं म्हणणं बरोबर आहे. सायमननं मला शिकवलेलं पहिलं तत्त्व आहे की प्रत्येकाचं स्वप्न भिन्न असतं, ही गोष्ट ड्रीम-मॅनेजरनं नेहमी लक्षात ठेवली पाहिजे आणि आपण आपली स्वप्नं इतरांवर कधीही लादता कामा नयेत! आई-वडील आपली स्वप्नं मुलांवर लादू पाहतात. त्यानं किती दुष्परिणाम होतो, हे आपल्याला माहीतच आहे किंवा पति-पत्नींपैकी एकानं आपली स्वप्नं दुसऱ्यावर लादणं किती घातक ठरतं, हे देखील आपल्याला अनेकदा दिसलेलं आहे."

"हे अगदी खरं आहे!" माईक मोठ्यांदा चीत्कारला. सगळे जण त्याच्याकडे पाहायला लागले. त्याच्या ह्या उद्‌गारांमागे काहीतरी गर्भित अर्थ होता. हे वाक्य बोचरं होतं, आणि ते ऐकल्यावर सन्नाटा पसरला.

"माफ करा! स्वप्नांबाबतची ही चर्चा ऐकून मी माझ्या घटस्फोटित पत्नीबरोबरच्या माझ्या नात्याचा अन्वयार्थ लावू लागलो. एक गोष्ट माझ्या लक्षात यायला लागलीय की, ती नेहमी तिची स्वप्नं माझ्यावर लादण्याचा प्रयत्न करायची आणि मी माझी स्वत:ची स्वप्नं तिच्यावर लादण्याचा प्रयत्न करायचो!" माइकनं फोड करून समजावून सांगितलं.

ब्रॅड म्हणाला, "आपल्या दैनंदिन आयुष्यालासुद्धा ही तत्त्वं लागू पडतायत नाही का? मी माझ्या मैत्रिणींबरोबरच्या नात्यांची

उकल करू पाहतोय. मला काही अतिशय चांगल्या स्त्रियांशी स्नेह वाढवायची संधी लाभली होती, परंतु ही नाती टिकली नाहीत. कालच अचानक मला त्यामागचं कारण उलगडलं : मी कधीही त्यांनी मनात जपलेल्या स्वप्नांमध्ये रस घेतला नाही! त्यांची स्वप्नं कोणती होती, हे सुद्धा मी तुम्हाला सांगू शकणार नाही. आणखी एक गोष्ट! मीसुद्धा माझी स्वप्नं त्यांना कधीही सांगितली नाहीत. त्यामुळे आम्ही भेटत असलो, तरी मनानं आम्ही कधीही जवळ आलो नाही; कारण आपली स्वप्नं एकमेकांना सांगितल्याशिवाय तुमचं नातं कदापि दृढ होऊ शकत नसतं.''

लोकांनी नोकऱ्या सोडून इतरत्र जाण्याच्या समस्येवर देखील हेच तत्त्व तोडगा ठरू शकेल, याची ब्रॅडला नव्यानं जाणीव झालेली होती. आपली स्वप्नंच आपल्याला जिवंत ठेवत असतात. ती आपल्याला चैतन्य पुरवतात आणि स्वप्नं जशी व्यक्तींना चैतन्य पुरवतात तशीच ती नातेसंबंधांनासुद्धा चैतन्य पुरवतात... आणि पर्यायानं कंपन्यांनासुद्धा चैतन्य पुरवतात. स्वप्नांचा पाठपुरावा करता करता जोश, ऊर्जा, उत्साह आणि जीवनशक्ती निर्माण होते.

वेगवेगळ्या व्यक्तींची स्वप्नं किती भिन्न स्वरूपाची असतात, याबद्दल या गटानं थोडा वेळ चर्चा केली. पीटर म्हणाला की, त्याच्या विशीखालच्या मुलाचं स्वप्न होतं मोटरचालकाचा परवाना – ड्रायव्हर्स लायसेन्स – मिळवणं. ज्यूली म्हणाली की, तिला आठवतंय तेव्हापासून तिच्या नवऱ्यानं बोटीनं अलास्काची सफर करण्याचं स्वप्न उराशी जपलेलं होतं. ती म्हणाली, ''शेवटी गेल्या बुधवारी त्यानं त्याच्या स्वप्नाचा पुनरुच्चार केला, तेव्हा मी त्याला म्हटलं, 'तू आणखी किती दिवस त्याबाबत नुसतं बोलत राहणार आहेस?' गुरुवारी, दुपारच्या जेवणाच्या सुट्टीत तो ट्रॅव्हल एजंटकडे गेला आणि त्यानं माहितीपत्रकं आणली. काल तो या सफरीसाठी आरक्षणही

करून आलाय. मी त्याला दहा वर्षांपूर्वीच असं डिवचायला हवं होतं, असं आता मला वाटतंय!''

ग्रेगनं सर्वांना सांगितलं की, त्याच्या पत्नीचं स्वप्न होतं कॉलेजशिक्षण पूर्ण करण्याचं आणि ती आता पुन: कॉलेजात जायला लागली आहे. सीन म्हणाला की, तो त्याच्या वडिलांच्या सहवासात अधिक वेळ राहू लागलाय. कारण त्यांच्याशी अधिक चांगलं नातं असावं, हे त्याचं एक स्वप्न होतं. ''मी ठरवलं की, त्यांनी पहिलं पाऊल उचलायची मी आणखी वाट पाहणार नाहीय आणि आता आमच्या नात्यात एक आगळावेगळा जिव्हाळा यायला लागलाय,'' सीन म्हणाला.

प्रत्येकाला साक्षात्कार व्हायला लागलेला होता की, नात्यांमध्ये जिव्हाळा आणण्यासाठी दुसऱ्याची स्वप्नं जाणून घेणं आणि त्या स्वप्नांचा पाठपुरावा आणि पूर्तता करण्यासाठी त्यांना मदत करणं, ह्या गोष्टी अतिशय महत्त्वाच्या असतात.

लॉरेन म्हणाली, ''वैयक्तिक पातळीवर आपण सगळेच ड्रीम-मॅनेजर्स असतो.'' तिचं बोलणं ऐकून सगळे जण अवाक् झाले; कारण अशा बैठकींमध्ये ती प्रश्न विचारल्याखेरीज तिचं तोंड उघडत नसे!

लॉरेन ॲडमिरल कंपनीची सी.एफ.ओ. (चीफ फायनान्स ऑफिसर – मुख्य वित्तीय अधिकरी) होती. ती एक मितभाषी आणि कर्तव्यदक्ष अधिकारी होती. ती पुढे म्हणाली, ''आपली लोकांना मदत करायची प्रांजल इच्छा असली, तर त्यांच्या स्वप्नांची त्यांना जाणीव करून देऊन, त्या स्वप्नांची पूर्तता करण्यासाठी त्यांना साहाय्य करणं, ही आपली जबाबदारी ठरते! त्या दृष्टीनं माझा पती, माझी मुलं, माझे स्नेही, माझे इथले सहकारी आणि माझ्या आयुष्यात डोकावणारी माणसं या सर्वांची मी 'ड्रीम-मॅनेजर' आहे! सीन करतो ते सगळं मी करत नसले, तरी मला जाणीव झालीय की एकमेकांच्या स्वप्नांबाबत आस्था राखली की, प्रत्येक नात्यात सुधारणा होते.''

रिटाच्या अनुभवाचा प्रभाव

एका रात्री ग्रेग ऑफिसातून बाहेर पडत होता, तेव्हा त्याच्या साहाय्यक स्त्रीचे शब्द त्याच्या कानावर पडले, “तुम्ही आज रिटाच्या घरी जाणार आहात?” त्यानं तिला विचारलं, “रिटानं मेजवानी आयोजित केलीय?”

रिटा तिच्या नव्या घरी प्रत्येक मंगळवारी गेटटुगेदर करायची. कुटुंबीयांपैकी, स्नेह्यांपैकी आणि ॲडमिरलच्या कर्मचाऱ्यांपैकी कुणालाही तेथे येण्याची मुभा होती. हा उपक्रम गेले काही आठवडे चालू होता.

तिच्या घरी जाऊन लोक केक आणि कॉफीचा आस्वाद घ्यायचे आणि रिटा त्यांना तिची कथा ऐकवायची.

इतर गोष्टींप्रमाणे या ‘गेट टुगेदर्स’ची बातमीसुद्धा ॲडमिरल कंपनीभर पसरली आणि रिटाचं घर पाहण्यासाठी लोकांची झुंबड उडायला लागली. प्रत्येकानं रिटाच्या घराबद्दल ऐकलेलं होतं, परंतु त्यांना तिचं घर प्रत्यक्ष पाहण्याची इच्छा होत होती. डोळ्यांनी पाहिल्यावर विश्वास बसणं स्वाभाविक होतं.

ज्या प्रकारे रिटा तिच्या स्वप्नांबद्दल, ड्रीम-मॅनेजरबद्दल आणि ॲडमिरल कंपनीनं तिला केलेल्या साहाय्याबद्दल भरभरून बोलायची, ते ऐकून लोक अत्यंत प्रभावित व्हायचे. पुढल्या सहा महिन्यांत, तिच्या सहकाऱ्यांपैकी साठ टक्क्यांहून अधिक लोक या संमेलनांना उपस्थित राहिले आणि प्रभावी नेतृत्वामुळे काय घडतं याची पुनः एकदा प्रचिती आली.

सफाई-कर्मचारी असलेल्या ह्या स्त्रीनं, एकटीनं, ॲडमिरल कंपनीतील इतरांचं मतपरिवर्तन घडवून आणलं. ड्रीम-मॅनेजर उपक्रमाबाबत साशंक असलेले इतर कर्मचारी तिचा उत्साह पाहून प्रभावित झाले.

रिटाच्या घराबाबतची बातमी गावभर पसरायला फारसा वेळ लागला नाही आणि लवकरच वार्ताहरांचे फोन्स यायला

लागले. 'द बिझनेस कुरियर'नं ॲडमिरलमधील ड्रीम-मॅनेजर उपक्रमावर एक पूर्ण लेखच लिहिला आणि रिटा आणि तिचं नवं घर यावर विशेष लक्ष केंद्रित केलं.

पुढल्या आठवड्यात सायमनकडे सतरा नव्या नोकऱ्यांचे प्रस्ताव आले. त्यानं ते सगळे धुडकावून लावले.

धावाधाव

आता ड्रीम-मॅनेजरच्या दारापुढं कर्मचाऱ्यांची रांग उभी राहायला लागली. सायमन, सीन आणि ग्रेगकडे कर्मचाऱ्यांची तक्रारींची पत्रं यायला लागली की, ड्रीम-मॅनेजरशी पहिली मुलाखत होण्यासाठी त्यांना फार वेळ वाट पाहावी लागतेय.

या क्षणापर्यंत पन्नास टक्क्यांहून कमीच कर्मचारी या उपक्रमात भाग घेत होते आणि तरीसुद्धा सीनला महिन्याकाठी १५० मुलाखती योजाव्या लागत होत्या.

सीन सायमनपाशी आला आणि त्यानं अपरिहार्य असलेला प्रस्ताव मांडला, "आपल्याला आणखी एका ड्रीम-मॅनेजरची गरज आहे."

सायमन म्हणाला, "मला वाटतंय की, तुझं म्हणणं अगदी रास्त आहे. तू नवा ड्रीम-मॅनेजर शोधतो आहेस की मी ड्रीम-मॅनेजर शोधण्याचं काम करावं, अशी तुझी इच्छा आहे?"

"तू ते करू शकलास तर फारच छान होईल! सध्या मी कामात आकंठ बुडलोय," आपल्यावरलं आणखी एका कामाचं ओझं वाढणार नाहीय म्हणून हलकं वाटत असलेला सीन म्हणाला.

पुढल्या एक-दोन आठवड्यांत सायमननं तीन उमेदवार शोधून काढले. त्या तिघांपैकी प्रत्येक जण, ड्रीम-मॅनेजरच्या कामासाठी योग्य व्यक्ती ठरेल, असं त्याचं मत होतं. असं असूनही, अंतिम निर्णय घेताना सीन, सँड्रा आणि ग्रेग या

तिघांचीही मतं घेणं महत्त्वाचं ठरेल असं वाटून त्यानं ह्या तिन्ही उमेदवारांना एका अंतिम मुलाखतीसाठी बोलावलं आणि तिथे सायमनसमवेत सीन, सँड्रा आणि ग्रेगला उपस्थित राहायची विनंती केली.

शेवटच्या उमेदवाराची मुलाखत पार पडल्यानंतर सायमननं सीन, सँड्रा आणि ग्रेग यांचं मत विचारलं.

सँड्रा म्हणाली, ''हे तिघंही अत्यंत योग्य आहेत.''

ग्रेग म्हणाला, ''मलासुद्धा तसंच वाटतंय.''

सीन म्हणाला, ''अगदी खरं आहे! या तिघांपैकी कुणीही हे काम उत्तमरित्या करू शकेल.''

''सीन, तुझं मत दिलखुलास वाटत नाही. तुझ्या उत्तरात एक 'पण'... दडलेला दिसतोय.'' सायमन स्पष्टपणे म्हणाला.

सीन म्हणाला, ''मला वाटतंय आपण मिशेलला हे काम द्यावं.''

मिशेल ही बेचाळीस वर्षे वयाची एक यशस्वी कॉर्पोरेट ट्रेनर (व्यावसायिकांसाठीची प्रशिक्षिका) होती. ती व्यक्तिगत समुपदेशन देण्याचा छोटासा जोड व्यवसायसुद्धा करत होती. सफाई कर्मचारी पुरवणाऱ्या कंपनीत ती कधीकाळी नोकरी शोधेल, हे तिनं स्वप्नातही कल्पिलेलं नव्हतं.

ग्रेगनं विचारलं, ''तीच का?''

''प्रारंभी मलासुद्धा याची जाणीव झालेली नव्हती, परंतु ड्रीम-मॅनेजर म्हणून काम करण्यासाठी एक विशिष्ट प्रकारची मानसिकता आवश्यक असते. लोकांना उत्तेजन देणं आणि आपल्याला स्वप्नांचा पाठपुरावा करण्यासाठी त्यांना मोकळीक देणं, यावर ड्रीम-मॅनेजरनं लक्ष केंद्रित करायचं असतं. त्यानं शेरेबाजी करणं कटाक्षानं टाळायचं असतं; स्वप्नांचा पाठपुरावा करणाऱ्यांवर त्यानं पूर्ण जबाबदारी सोपवायची असते; त्यांना त्यानं केवळ मार्ग दाखवायचा असतो. इतरांची स्वप्नं वास्तवात उतरवायची जबाबदारी ड्रीम मॅनेजरनं स्वत: उचलायची नसते!''

"या दृष्टीनं इतरांहून मिशेल अधिक योग्य ठरेल, असं तुला का वाटतंय?" सायमननं विचारलं.

सीन म्हणाला, "या गोष्टींचा तिला अनुभव आहे. व्यावसायिकांना प्रशिक्षण देण्याच्या तिच्या कामानं तिला शिकवलं आहे की, तिचं काम मार्गदर्शन करण्याचं आहे; बोट धरून नेण्याचं नाही! जे उत्कृष्ट मार्गदर्शक असतात, ते समस्यांवरचे तोडगे शोधायला इतरांना उद्युक्त करतात; स्वतःच तोडगे शोधून ते इतरांवर लादत नसतात! अशी व्यक्तीच ड्रीम-मॅनेजरची भूमिका उत्कृष्टपणे निभावू शकेल. याखेरीज व्यक्तिगत समुपदेशन करण्याचा अनुभव तिच्या गाठीला आहे. तो अनुभवसुद्धा मोलाचा आहे. जणूकाही ह्या कामासाठीच गेली दहा वर्षं ती स्वतःला घडवत होती!!"

इतरांना सीनचं म्हणणं पटलं आणि त्यांनी दुसऱ्याच दिवशी, या कामावर मिशेलची नियुक्ती केली. ॲडमिरल कंपनीला त्यांचा दुसरा ड्रीम-मॅनेजर मिळाला होता.

पसंतीची पावती

अधूनमधून बातचीत करण्यासाठी ग्रेग सायमनच्या ऑफिसात डोकवायचा. ग्रेगच्या वागण्याच्या पद्धतीत आता दोन फरक पडले होते : एक तर तो दारावर टक्ऽऽ टक्ऽ केल्याशिवाय खोलीत घुसायचा नाही आणि दरवाजा उघडा असला तरी सायमननं त्याला आत यायचं आमंत्रण दिल्यानंतरच तो खोलीत प्रवेश करायचा. दुसरा फरक असा की, ते दोघे बोलत असताना तो वाघासारख्या फेऱ्या घालायचा नाही. आजकाल तो छोट्याशा सोफ्यावर आरामशीरपणे बसून बोलत असे.

परंतु एक गोष्ट मात्र अजिबात बदललेली नव्हती. तो कोणत्यातरी मुद्याच्या चर्चेच्या हेतूनंच यायचा.

"आपल्याला ही गोष्ट अन्यत्र राबवता येईल?"

"कोणती गोष्ट?" सायमननं ग्रेगला प्रतिप्रश्न केला.

"ड्रीम-मॅनेजरचा उपक्रम," ग्रेग म्हणाला.

"नि:संशयपणे! तुला ठाऊकच आहे की, बँक आणि विमा या क्षेत्रांमधल्या माझ्या मित्रांना असा उपक्रम त्यांच्या विभागीय कचेऱ्यांमध्ये सुरू करून द्यायला मी मदत केलीय आणि मला वाटतंय की, येत्या वर्षभरात ह्या दोन्ही ठिकाणी हा उपक्रम राष्ट्रीय पातळीवर जाईल," सायमन म्हणाला.

ग्रेगनं विचारलं, "तू या उपक्रमाबद्दल इतरांना सांगतोस, तेव्हा या कल्पनेला विरोध होतो?"

"नेहमीच!" सायमन म्हणाला.

"अशा विरोधामागलं कारण काय असेल असं तुला वाटतंय?" ग्रेगनं विचारलं.

"यामागे दोन कारणं असतात. एक म्हणजे लोकांना कोणत्याही समस्येवर त्वरित यशस्वी ठरेल, असा तोडगा हवा असतो आणि जित्या-जागत्या लोकांच्या समस्येबाबत त्वरित तोडगा उपलब्धच नसतो. दुसरी गोष्ट अशी की, अनेक व्यवसायांबाबत त्यातील व्यवस्थापकांचं ठाम मत असतं की, धंदा म्हणजे पैसा! आणि कोणत्याही समस्येचं निराकरण करण्यासाठी त्यांना एकच तोडगा सुचतो! तो म्हणजे पैसा, पैसा आणि पैसा!" सायमन म्हणाला.

"त्याबद्दल मला थोडंसं सांग बरं!" ग्रेगनं विनंती केली.

ग्रेगच्या पोटात काहीतरी मुद्दा असावा याची सायमनला जाणीव झाली, त्यामुळे तो पुढे बोलत राहिला, "मी अनेक वर्षांपूर्वी कॉलेजमध्ये असताना एक गोष्ट शिकलो होतो, तसंच हे थोडंसं आहे! कंपनीतल्या कामातील गुणवत्तेसाठी देण्यात येणारी फुकट सफर आयोजित करणाऱ्या एका प्रवासी कंपनीत माझी तेव्हाची मैत्रीण काम करायची. मी तिला विचारलं, "ह्या कंपन्या बक्षीस म्हणून त्यांच्या कर्मचाऱ्यांना फुकट प्रवासाचं आमिष दाखविण्याऐवजी, त्यांना रोख पैसे देऊनच मोकळं का होत

नाहीत?'' ती म्हणाली की, कंपन्यांनी कर्मचाऱ्यांना रोख पैसे दिले, तर कर्मचारी त्या पैशांचा वापर आपली बिलं चुकती करायला किंवा नवा टी.व्ही. विकत आणायला करून टाकतात. त्याचा उपयोग फुकट दिलेल्या सफरीसारखा होत नसतो. कर्मचाऱ्यांना त्यांनी फुकट सफर घडवली, तर कर्मचाऱ्यांची दैनंदिन रहाट-गाडग्यातून काही दिवस तरी सुटका होते, ह्या सफरीतून लाभणाऱ्या आनंदाचा आणि थराराचा संबंध ते कामाबद्दल मिळालेल्या बक्षिसाशी जोडतात. त्यामुळे (आणखी असंच बक्षीस मिळवण्यासाठी) येतं वर्षभर जोमानं कामाला भिडण्याची त्यांना प्रेरणा लाभते. याखेरीज उत्तम काम केल्याबद्दल ज्यांना कंपनीकडून ही फुकट सफर लाभलीय, ते कर्मचारी आपल्या सहकाऱ्यांजवळ या सफरीचं गुणगान करतात; त्यामुळे सहकाऱ्यामध्येही असाच लाभ मिळवण्यासाठी नेटानं काम करण्याची स्पर्धेची भावना निर्माण होते आणि एकंदरीत आपण काम करत असलेल्या कंपनीबद्दल त्यांना आपलेपणा वाटायला लागतो.''

ग्रेग विचारमग्न झालेला दिसल्यामुळे सायमननं आपलं बोलणं सुरू ठेवलं, ''पैशांवर आधारित मालक-नोकराचं नातं ही गोष्ट भूतकाळात जमा झालीय. आजच्या युगातला कर्मचारी नुसत्या पगारवाढीखेरीज अन्य अमूर्त गोष्टी लक्षात घेत असतो. त्यांना कामाबद्दल रास्त वेतन हवं असतं ही गोष्ट खरी आहे; परंतु याखेरीज जीवनशैली, कामाच्या जागेवरलं वातावरण आणि मनोवेधक काम या गोष्टींच्या बाबतीतही आजचा कर्मचारी जागरूक राहायला लागलाय. त्यामुळे इतर व्यवस्थापकांना मी ड्रीम-मॅनेजर उपक्रमाबद्दल सांगायला लागलो की, त्यांना वाटणारी विरोधाची भावना स्वाभाविकच म्हटली पाहिजे; कारण 'पैशानं सारं विकत मिळतं' अशी त्यांची पारंपरिक विचारसरणी असते. काही अंशी हे मत बरोबरही असेल, परंतु बरेच लोक केवळ पैसा मिळवण्यासाठी कामावर येत नाहीत आणि त्यांना जेवढा पैसा अधिक मिळेल, तेवढा तो बिनमहत्त्वाचा वाटेल.''

ग्रेगचं चित्त अन्यत्र भरकटतंय असं सायमनला जाणवायला लागल्यामुळे त्याचं लक्ष वेधून घेण्यासाठी तो ग्रेगला म्हणाला, "ग्रेग, आपण खरं ते मान्य करू या. या समस्येबाबत तुझी स्वत:ची प्रतिक्रियासुद्धा कर्मचाऱ्यांच्या तोंडावर पैसे फेकण्याचीच होती! त्यांचे पगार वाढवले की ते नोकरी सोडून जायचं थांबवतील, असं तुलासुद्धा वाटत होतं!"

"तुझं म्हणणं अगदी बरोबर आहे! अगदी बरोबर आहे! पण मला एकाच प्रश्नाचं उत्तर दे! पैशांसाठी नव्हे, तर इतर कोणत्या गोष्टींसाठी लोक काम करतात?"

"पैसा हे एक कारण असतंच आणि अनेकांच्या बाबतीत ते एक अत्यंत महत्त्वाचं कारण असतं. इतर कारणांपैकी एक असतं, कामातून लाभणारं समाधान; पण बऱ्याच लोकांचं उद्दिष्ट इतक्या श्रेष्ठ प्रतीचं नसतं. बरेचसे लोक इतके महत्त्वाकांक्षी नसतात. अनेकांनी कामातून समाधान मिळेल हे गृहीतच धरलेलं नसतं! कर्मचारी आणि त्यांचे वरिष्ठ, मालक आणि कामगार, कामगार संघटना आणि कंपन्या यांच्यामधल्या लढायांमुळे 'आम्ही विरुद्ध ते' अशी मानसिकता निर्माण झालेली आहे आणि धंदा यशस्वी करण्यासाठी जी सहकार्याची भावना अनिवार्य असते, त्याला ही मानसिकता अत्यंत घातक ठरते आहे."

ग्रेगनं खोदून विचारलं, "पैसा आणि कामातून मिळणारं समाधान याखेरीज आणखी कोणती गोष्ट महत्त्वाची असते?"

"वरिष्ठांनी दाखवलेली गुणग्राहकता, कर्मचाऱ्यांना मोलाची वाटते. वरिष्ठाशी चांगलं नातं नसल्यामुळे ८५ टक्के नोकऱ्या सोडल्या जात आहेत आणि कर्मचाऱ्यांना वरिष्ठांशी असलेल्या नात्याबद्दल प्रश्न विचारला की बहुतांश वेळा उत्तर मिळतं की, त्यांच्याबद्दल किंवा त्यांच्या कामाबद्दल त्यांचे वरिष्ठ अधिकारी गुणग्राहकता दाखवत नव्हते!"

ग्रेगनं सायमनला विचारलं, "गुणांची दखल घेतली जातेय, असं आपल्या कर्मचाऱ्यांना वाटतंय का?"

''नि:संशयपणे! ॲडमिरल कंपनीला कंपनीच्या कर्मचाऱ्यांबद्दल आस्था वाटते आहे याचा दृश्य पुरावा आहे, आपला 'ड्रीम-मॅनेजर' उपक्रम. हा उपक्रम म्हणजे त्यांना आणि त्यांच्या कामाला कंपनीकडून मिळालेली कृतज्ञतेची मूर्त स्वरूपातली पावतीच आहे! व्यावसायिक जगतात गुणग्राहकता हे चलनी नाणं आहे,'' सायमन म्हणाला.

''तुला नेमकं काय म्हणायचंय?'' ग्रेगनं विचारलं.

''मेलनी मी तिच्यासाठी करत असलेल्या बारीक-सारीक गोष्टींबद्दल कृतज्ञता व्यक्त करायला कधीही चुकत नाही. यातल्या काही गोष्टी करणं माझ्या अगदी जिवावर येतं, परंतु ह्या गोष्टी तिला अत्यंत महत्त्वाच्या वाटतात याची मला जाणीव असल्यामुळे, त्या करायला मला हुरूप वाटतो. काही वर्षांमागे तिनं माझ्याजवळ कबुली दिली होती की, तिच्या मैत्रिणींबरोबर वेळ घालवण्याच्या तिच्या इच्छेची मी बूज राखतो, याबद्दल तिला अप्रूप वाटतं... तीन वर्षांपूर्वी तिनं ही कबुली दिली होती आणि त्यामुळे ती सारा वेळ माझ्या बरोबर असावी अशी मला ओढ वाटत असूनही मी तिला मैत्रिणींबरोबर वेळ घालवू देतो. मी माझ्या मुलांचं मन:पूर्वक कौतुक केलं की त्यांनी घरापुढली हिरवळ नीटपणे कापून बागेकडे लक्ष दिलंय, तर बहुधा पुढल्या वेळेस ती हे काम आपणहोऊन, हौसेनं करतील,'' सायमन म्हणाला.

''तू जे सांगतो आहेस, ते माझ्या लक्षात यायला लागलंय. यापूर्वी आपल्या कर्मचाऱ्यांच्या मनातली चीड मला जाणवायची. त्या भावनेनं इथलं वातावरण विषारी बनलेलं स्पष्टपणे जाणवल्यावाचून राहायचं नाही,'' ग्रेग म्हणाला.

''आणि आता?'' सायमननं विचारलं.

''आता कुठल्याही क्षेत्रीय कार्यालयात गेलो किंवा अचानक एखादा कर्मचारी भेटला तर मला कशाबद्दल तरी कृतज्ञतेची पावती मिळाल्यावाचून राहात नाही! तुला प्रांजल कबुली देतोय

मी सायमन की, आपण 'ड्रीम-मॅनेजर' उपक्रम सुरू करेपर्यंत एकाही कर्मचाऱ्यानं नोकरीबद्दल माझे आभार मानले नव्हते. आता नोकरीबद्दल त्यांच्याकडून आभार मिळाले नाहीत, असा एकही दिवस जात नाही! पूर्वी मला पाहून न पाहिल्याप्रमाणे लोक मला टाळून पुढे जायचे. आता ते आवर्जून माझ्यापाशी येतात आणि त्यांच्या कोणत्या नव्या स्वप्नाची पूर्तता घडलीय हे मला सांगतात.''

''त्यांची आपण आस्थापूर्वक दखल घेतोय, म्हणूनच आपल्या धंद्याचं स्वरूप पालटतं आहे. नफ्याचा आलेख सतत उंचावतोच आहे, आपल्याला नवनवीन कामं मिळताहेत, लोकांनी नोकऱ्या सोडून जाण्याचं प्रमाण सतत घटतंच आहे आणि माझ्या कानांवर दररोजच्या कामातल्या कमी तक्रारी येऊ लागल्या आहेत. कर्मचाऱ्यांच्या एकमेकांबद्दलच्या तक्रारी तर घटल्या आहेतच, पण आपल्या ग्राहकांच्या तक्रारींच्या प्रमाणातसुद्धा लक्षणीय घट झालेली आहे. त्यामुळे भविष्याबद्दलची धोरणं आखण्यासाठी मला अधिक फुरसत मिळते आहे. लोकांबद्दल गुणग्राहकता दाखवली तर तुमच्यासाठी काहीही करण्याची त्यांची तयारी असते!'' सायमन म्हणाला.

कंपनीच्या आर्थिक अहवालांकडे नजर टाकताक्षणी अगदी स्पष्ट दिसत होतं की खर्च घटलाय, नफा वाढलाय, परंतु या आकड्यांवरून ॲडमिरल मधल्या कर्मचाऱ्यांच्या मानसिकतेत झालेली प्रचंड सुधारणा कुणाला दिसली नसती!

प्रसाधनगृह

पुढल्या दिवशी मुख्यालयातल्या प्रसाधनगृहात ग्रेग गेला होता. आतल्या एका बाथरूममध्ये शिरून त्यानं दार लावल्यावर त्या दरवाजाच्या आतल्या बाजूला लिहिलेला संदेश पाहून तो चकित झाला. तिथं हातानं लिहिलं होतं, 'तुमचं स्वप्न काय

आहे?'

ग्रेग शेजारच्या बाथरूममध्ये शिरला. त्या दाराच्या आतल्या बाजूलासुद्धा हाच संदेश लिहिलेला आढळला. ग्रेगनं त्या संपूर्ण ओळीतल्या बाथरूम्सची दारं आतून तपासली. प्रत्येक दारावर त्याला हाच संदेश लिहिलेला आढळला. ग्रेग त्याच्या ऑफिसात गेला आणि तो त्याच्या पर्सनल असिस्टंटला म्हणाला, "माझ्याबरोबर चल." डेब्रा तिच्या टेबलजवळून उठली. ग्रेगच्या मनात काय आहे, याचा तिला थांगपत्ता लागत नव्हता. पूर्वीप्रमाणेच तो आता रागानं थयथयाट करणार की काय असं तिला वाटू लागलं.

ग्रेग आणि डेब्रा कॉरिडॉरमधून चालत जाऊन स्त्रियांच्या प्रसाधनगृहापाशी पोहोचले. ग्रेग डेब्राला म्हणाला, "आत जा आणि टॉयलेट्सच्या दारांच्या आतल्या बाजूला तुला कोणताही संदेश लिहिलेला दिसतोय का हे बघून ये!"

डेब्रा तिथेच पुतळ्यासारखी उभी राहिली आणि ग्रेगच्या तोंडाकडे पाहात राहिली. "आत जा!" ग्रेगनं म्हटलं. ती जागेवरून हलली नाही.

ती घाबरून म्हणाली, "तिथं लिहिलंय, 'तुमचं स्वप्न काय आहे?' हेच वाक्य सर्व दरवाजांच्या आतल्या बाजूला लिहिलंय. दररोज रात्री ही टॉयलेट्स होजे स्वच्छ करतो. त्यानं आठवड्यापूर्वीच असं लिहिण्याबाबत माझी परवानगी विचारली होती. मला त्याची कल्पना आवडली. कृपा करून त्याच्यावर रागावू नका."

ग्रेग म्हणाला, "मी रागावलो नाही. रागावू कशासाठी? मला तर खूप आनंद झालाय. त्याला उद्या सकाळी जरा लवकर येऊन मला भेटायला सांग."

दुसऱ्या दिवशी सकाळी होजे ग्रेगला भेटायला आला, तेव्हा ग्रेगनं त्यानं लिहिलेल्या वाक्याबद्दल त्याचं मनापासून कौतुक केलं आणि डेब्राच्या मदतीनं ह्याच वाक्यांच्या लॅमिनेटेड

पाट्या बनवून टॉयलेट्सच्या दरवाजांमागे बसवून घ्यायची सूचना केली.

होजे हर्षभरित होऊन हसला.

तो जाण्यासाठी बाहेर पडत असताना ग्रेगनं त्याला खोलीत बोलावून घेतलं आणि त्याला प्रश्न केला, "तुझं स्वत:चं स्वप्न काय आहे?"

तो प्रसन्न चेहऱ्यानं म्हणाला, "एक दिवस आपल्या मालकीचा धंदा चालवता यावा, असं माझं स्वप्न आहे."

दोन वर्षांनंतर

दुसरं वर्ष संपता संपता, अकरा कर्मचारी आपल्या मालकीचं घर घेऊ शकले होते. आपण कधीकाळी स्वत:च्या मालकीच्या घरात राहू शकू, असं त्यांनी स्वप्नातही कल्पिलेलं नव्हतं. शंभरांहून अधिक कर्मचारी, आपल्या स्वप्नांच्या यादीतलं पहिलं स्वप्न पूर्णत्वाला नेऊ शकले होते.

कर्मचाऱ्यांनी नोकरी सोडून बाहेर पडण्याचं प्रमाण ४०० टक्क्यांवरून ५० टक्क्यांपर्यंत घटलं होतं. कंपनीला अफाट नफा मिळत होता.

कंपनीबाहेरच्या निवांत जागी धोरणं आखण्यासाठीची बैठक भरवण्याच्या हेतूनं, ग्रेगनं सायमन आणि सीन यांना त्यांच्या पत्नीसमवेत आणि सँड्रा आणि मिशेल यांना त्यांच्या पतींसमवेत कॅरिबिअन समुद्रातील प्रेक्षणीय अँटिग्वा येथे नेलं होतं. विचार-विनिमयाच्या कामाखेरीज ह्या सफरीचा आणखी एक हेतू होता, ह्या कर्मचाऱ्यांच्या उत्कृष्ट कामगिरीबद्दल त्यांच्याबद्दलची कृतज्ञता व्यक्त करणं! प्रारंभी ग्रेगला काळजी वाटत होती की, या चौघांनाच या सफरीवर नेलं, तर इतर कर्मचाऱ्यांच्या मनात मत्सराची भावना जागी होईल. परंतु प्रत्यक्षात अगदी उलट प्रतिक्रिया दिसली.

"ह्या सफरींमुळे पुढली अफलातून योजना आखायची त्यांना स्फूर्ती लाभेल यात काहीही शंका नाही!" सायमनची साहाय्ययक तिच्या एका सहका सांगत असलेली सँड्रानं ऐकली.

त्यांनी अँटिग्वात पाच दिवस वास्तव्य केलं. समुद्रकिनारा अत्यंत रमणीय होता, हवा सुखकर होती. कर्मचारी आणि त्यांचे पती-पत्नी यांच्यात प्रचंड एकवाक्यता दिसत होती.

दररोज सकाळी ते न्याहारीसाठी एकत्र यायचे आणि त्यानंतर ग्रेगच्या हॉटेलातल्या खोलीवर चर्चेसाठी एकत्र जमायचे. कर्मचाऱ्यांचे पती-पत्नी स्पामध्ये जाण्यासाठी, गोल्फ खेळण्यासाठी किंवा समुद्रकिनाऱ्यावर भटकण्यासाठी वेगळे व्हायचे. दुपारी दोनच्या सुमारास चर्चा थांबवून ते पांगायचे आणि रात्रीच्या जेवणासाठी पुन्हा एकत्र जमायचे.

ग्रेग चर्चेच्या पहिल्या सत्राला प्रारंभ करताना म्हणाला की, 'ड्रीम-मॅनेजर' उपक्रम अत्यंत यशस्वी झाला आहे आणि कंपनीला त्यामुळे मिळालेल्या नफ्याचा काही भाग कर्मचाऱ्यांमध्ये वाटण्याची त्याची इच्छा आहे. तो पुढं म्हणाला की, हा नफा त्याला तीन प्रकारे विभागून वाटायचा आहे : कर्मचाऱ्यांचे पगार वाढवून, नवी बोनस प्रणाली सुरू करून आणि ड्रीम मॅनेजर उपक्रम आणखी वाढवून.

दुसऱ्या दिवशी, सँड्राचा नवरा आणि ग्रेगची पत्नी यांनी या चर्चेसाठी उपस्थित राहण्याची परवानगी मागितली. "सँड्रा या उपक्रमाबद्दल मला जे काही सांगतेय, ते ऐकून मी मंत्रमुग्ध झालोय. मला त्याबद्दल आणखी माहिती करून घ्यायचीय," सँड्राचा नवरा, पॉल म्हणाला.

सायमन त्याला म्हणाला, "आमच्या नजरेतून सुटलेला एखादा मुद्दा तुझ्या लक्षात आला, तर तो तू आमच्या निदर्शनाला आणून देशील, या अटीवर तुला परवानगी मिळेल!"

'ड्रीम-मॅनेजर' उपक्रमाच्या धोरणात्मक दिशेबाबत या मंडळींनी चर्चा केली. ह्या उपक्रमात कशी सुधारणा घडवावी,

याबद्दल पहिल्या तीन दिवसांत त्यांना काही असाधारण कल्पना स्फुरल्या. चौथ्या दिवशी, दुपारच्या जेवणासाठी पांगण्यापूर्वी, यांपैकी कोणत्या कल्पनांची अंमलबजावणी करायची आणि कोणत्या बाद करायच्या, हे ठरवण्यासाठी त्यांनी केव्हा भेटायचं ती वेळ ठरवली. परंतु ही बैठक सुरू करण्यापूर्वी सायमनच्या मनात एक विचार आला आणि या गोष्टीची आधीच आठवण न आल्याबद्दल त्यानं मनातल्यामनात स्वत:ला दूषणं दिली.

तो इतरांना म्हणाला, "हा निर्णय आपण आज घेता कामा नये."

ग्रेगनं हरकत घेत म्हटलं, "पण उद्या तर आपण परत जायला निघतोय!"

"खरं आहे! खरं आहे! पण खरं तर आपण ह्या उपक्रमाच्या विस्ताराचं धोरण आखताना कर्मचाऱ्यांच्या सूचना लक्षात घ्यायला हव्यात. आपण प्रारंभी कर्मचाऱ्यांना त्यांचं मत व्यक्त करू दिलं, त्याचे किती फायदे झाले हे विसरून चालणार नाही. आता त्यांना आपण निर्णयप्रक्रियेतून बाहेर ठेवणं योग्य ठरणार नाही. या प्रक्रियेत आपण त्यांनाही सहभागी करून घ्यायला हवं."

मिशेल म्हणाली, "मलासुद्धा तसंच वाटतंय. आपण आणखी एक सर्वेक्षण घ्यायची वेळ आलीय."

ही सूचना दुसऱ्या एकाकडून आल्यामुळे आनंदित झालेला सायमन म्हणाला, "अगदी माझ्या मनातलंच बोललीस!"

सीन चर्चेच्या रिंगणात उतरत म्हणाला, "आपल्याला ज्या कल्पना सुचल्या आहेत, त्यांची आपण एक यादी बनवावी आणि त्यातील प्रत्येक मुद्द्याबद्दल कर्मचाऱ्यांचं मत आणि अग्रक्रम विचारावा असं मला वाटतं. याखेरीज त्यांना आणखी नवे मुद्दे सुचले तर त्यांनी ते सुद्धा मांडावेत, असं त्यांना आपण सांगायला हवं."

त्यांना जी गोष्ट आधी जाणवली होती ती नव्यानं आणखी एकदा जाणवली की, चर्चेत सर्वांना सहभागी करून घेणं, याहून अधिक चांगला दुसरा कोणताही मार्ग नसतो!

भाग तीन

विस्तार

प्रगतीचा आढावा

आजकाल ऑफिसच्या इमारतीत ग्रेग सर्वत्र संचार करायचा. तो कॉरिडॉर्समधून फेऱ्या मारायचा आणि वेगवेगळ्या ऑफिसांमध्ये डोकावून माहिती काढायचा. आजकाल समस्यांचं प्रमाण खूपच कमी झालं होतं आणि पूर्वीप्रमाणे सायमनवर किंवा अधीक्षकांच्या संघावर बारीक नजर ठेवण्याची त्याला आवश्यकता वाटत नव्हती, त्यामुळे तो इकडे-तिकडे फिरण्यासाठी वेळ देऊ शकत होता.

आयुष्यात प्रथमच, आपण धंदा नीटपणे चालवत असल्याची भावना, त्याच्या अनुभवाला येत होती. एवढी वर्षं त्याचा धंदा म्हणजे पैसे मिळवून देणारी एक नोकरीच होती; तो महिनाभराची रजा घेऊन अनुपस्थित राहिला असता, तर त्याच्या गैरहजेरीत कंपनीत सावळागोंधळ माजला असता. पण आता त्याची खात्री होती की,

तो महिनाभर अनुपस्थित राहिला असता, तर त्याच्या गैरहजेरीत कंपनी नुसती चालूच राहिली नसती, तर तिची प्रगतीसुद्धा होत राहिली असती.

त्यामुळेच त्यानं आणि मेरीनं महिनाभराच्या सुट्टीवर जायचं ठरवलं होतं. ते येत्या उन्हाळ्यात महिनाभराची रजा घेऊन ऑस्ट्रेलियाला जाण्याचा विचार करत होते. ग्रेगच्या पत्नीला – मेरीला, प्रवासाची खूप हौस होती आणि ग्रेग आजवर 'त्याला प्रवास आवडत नाही,' या सबबीवर टाळाटाळ करत आला होता. खरंतर कंपनीवर नजर न ठेवता प्रवास करणं महागात पडेल, असं त्याला वाटत असल्यामुळे, तो सुट्टी घेऊन प्रवासाला जाणं टाळत आलेला होता. आता त्याला तशी भीती वाटत नव्हती.

दुपारच्या फेरफटक्याच्या वेळेस, एक चर्चासत्र आटोपतं घेत असलेले सायमन आणि मिशेल ग्रेगच्या नजरेला पडले.

"कसं काय चाललंय?" ग्रेगनं विचारलं.

सायमन म्हणाला, "आयुष्यातलं सर्वोच्च समाधान मिळवून देणारं काम!"

मिशेल म्हणाली, "आपण लोकांना खरीखुरी मदत देऊ शकतोय. आपण इथं काय करतोय हे मी जेव्हा माझ्या मित्रमंडळींना सांगते, तेव्हा त्यांचा त्यावर विश्वासच बसत नाही!"

ग्रेग म्हणाला, "मोठं विलक्षणच आहे हे सारं. आपले कर्मचारी अगदी सामान्य माणसं आहेत, प्रत्येकाची पार्श्वभूमी नक्कीच भिन्न असणार आणि त्यांना आपली स्वप्नं शब्दांत मांडण्यासाठी, कुणाजवळ तरी स्वप्नांबाबत मन मोकळं करण्यासाठी तिसऱ्या – त्रयस्थ – व्यक्तीची गरज वाटतेय! हा उपक्रम म्हटलं तर अगदी साधा आहे, परंतु तो अत्यंत प्रभावी आहे. माझ्या कर्मचाऱ्यांच्या स्वप्नांबाबत विचार करत असलो की, रात्री कधीकधी माझी झोप उडून जाते आणि त्यांच्या आयुष्यात घडत असलेल्या स्थित्यंतरांकडे पाहून मी विलक्षण उत्तेजित होतो!"

"ह्या उपक्रमाबद्दलचा विचार दहा वर्षांपूर्वीच तुमच्या मनात

आला असता, तर किती बरं झालं असतं!'' मिशेलच्या तोंडून उत्स्फूर्तपणे उद्‌गार निघाले.

ग्रेग हसला आणि म्हणाला, ''मलासुद्धा एक प्रांजळ कबुली द्यायची आहे. सायमन या उपक्रमाची कल्पना घेऊन दहा वर्षांपूर्वीच माझ्याजवळ आला असता, तर बरं झालं असते, असं मलासुद्धा वाटतंय. हजारो लोक नोकऱ्या सोडून गेले, तेव्हा मला वाटायचं की ते मला दगा देत आहेत. आता नीटपणे विचार केला तर जाणवतंय की, आम्ही एकमेकांना दगा देत होतो आणि त्यात त्यांच्याहून जास्त चूक माझी स्वत:ची होती.''

सायमन म्हणाला, ''ग्रेग, स्वत:ला वाजवीपेक्षा जास्त दोष देऊ नकोस. फक्त एक-दोन वर्षांच्या कालावधीत आपण केवढा मोठा पल्ला गाठलाय ते पाहा!''

''तुझं म्हणणं खरं आहे! सायमन दोन वर्षांमध्ये इथली परिस्थिती खूपच पालटली आहे आणि बदलाची ही प्रक्रिया चालू राहावी, अशी माझी प्रामाणिक इच्छा आहे. यापुढे कुठल्या समस्या यायची शक्यता आहे, असं तुला वाटतंय?'' ग्रेगनं सायमनला विचारलं.

सायमन म्हणाला, ''त्यासाठीच मिशेल आणि मी आता चर्चा सुरू करणार होतो. मिशेलला वाटतंय की, आपल्या उपक्रमाच्या कार्यवाही समितीवरले एक-दोघे जण ॲडमिरल कंपनीच्या दृष्टीनं योग्य लोक नाहीत.''

मिशेलकडे वळत ग्रेगनं विचारलं, ''तुला काय म्हणायचंय?'' मिशेल म्हणाली, ''इथल्या सर्व कर्मचाऱ्यांच्या मानसिकतेत बदल घडवणं, हे जर आपलं उद्दिष्ट असेल, तर काही लोकांनी आपली विचारसरणी आमूलाग्र बदलायला तरी हवी किंवा त्यांनी कंपनी सोडून तरी बाहेर पडायला हवं, त्यांच्यात अजूनही बदल घडला नसला, तर तो घडेल अशी शक्यताही फारच कमी आहे, ही वस्तुस्थिती आपण स्वीकारायला हवी. असे तीन लोक माझ्या नजरेपुढे आहेत आणि ते सगळे पर्यवेक्षक पातळीवरले आहेत.

खालच्या स्तरावरल्या अशा लोकांना इतर कर्मचारीच बाजूला सारतील, पण वरच्या पातळीवरल्या लोकांच्या बाबतीत असं करणं तितकंसं सोपं नसतं.''

ग्रेगचं कुतूहल आता जागं झालं होतं. त्यानं मिशेलला विचारलं, ''हे लोक कोणते आणि त्यांच्याबद्दल तुझं असं मत का झालंय?''

मिशेलनं उत्तर दिलं, ''चार्ली, जो आणि स्कॉट!''

''पण हे तर सगळे व्यवस्थापक आहेत?'' ग्रेगनं आश्चर्यानं म्हटलं.

''मला ठाऊक आहे, पण आपल्याकडे निदान, बारा तरी अशी माणसं आहेत जी या तिघांची जागा समर्थपणे आणि अधिक चांगल्या रीतीनं घेऊ शकतील,'' मिशेल म्हणाली.

''पण ही माणसं तर इथं अनेक वर्षं काम करत आहेत,'' ग्रेग म्हणाला.

''ते मला माहीत आहे आणि बहुधा तेवढ्याच कारणामुळे त्यांना बढत्या मिळत गेल्या आहेत; पण त्यांच्या कामासाठी ती योग्य माणसं नव्हेत. तू असा विचार कर, जर फुटबॉल संघात, केवळ जास्त वर्षं असल्याच्या निकषावर बढत्या दिल्या गेल्या, तर त्या संघाचं काय होईल? ह्या निकषावर, जास्त काळ रांगेत उभा असणारा भिडू आपोआपच यथावकाश बढती मिळवेल. परंतु फुटबॉल संघाचे प्रशिक्षक त्यांचे सर्वोत्तम खेळाडूच मैदानात उतरवतात. आपणसुद्धा त्यांचंच अनुकरण केलं पाहिजे!'' मिशेलनं समजावून दिलं. ग्रेगनं विचारलं, ''पण तुम्ही त्यांना एक दिवस अचानक कामावरून काढून टाकू शकत नाही! नाही ना?''

''ही गोष्ट खरी आहे; पण चार्ली आणि जो यांना गेल्या वर्षभरात 'मनुष्य विकास विभागाकडून (ह्यूमन रिसोर्स डिपार्टमेंट)' अनेकदा सावधगिरीचा इशारा दिला गेलाय. असमाधानकारक असा कामाचा दर्जा, उद्दिष्टं आणि ध्येयं साध्य करण्यात अपयश आणि कंपनीच्या धोरणांची पायमल्ली करणं, या मुद्द्यांबाबत त्यांना सावध केलं होतं. आणि माझ्या मते स्कॉट् हा चक्क गुंड

आहे. त्यानं निर्माण केलेल्या समस्यांचं खापर तो इतरांच्या डोक्यावर फोडत असतो! त्याच्यात अजिबात नेतृत्वगुण नाहीत," मिशेल म्हणाली.

"तुझं मत काय आहे?" ग्रेगनं सायमनला विचारलं.

"मी मिशेलशी सहमत आहे. आपण अशा लोकांना एकतर जबाबदारीनं वागायला भाग पाडलं पाहिजे किंवा त्यांना बाहेरतरी काढलं पाहिजे; अन्यथा कंपनीतले इतर चांगले कर्मचारी नाउमेद होतील. याशिवाय आपल्याजवळच्या तीन उत्कृष्ट लोकांना तीन उत्तम व्यावसायिक संधी मिळतील. त्यांचं उदाहरण पाहून इतरांच्या मनातसुद्धा अशा पल्लवित होतील," सायमन म्हणाला.

"ठीक आहे. पण हे काम आपण योग्य पद्धतीनं करायला हवं." ग्रेग आर्जवानं म्हणाला.

मिशेल म्हणाली, "निःसंशयपणे! शेवटची सावधगिरीची सूचना देणारं एक पत्र आपण त्यांना पाठवूयात की, या मुद्यांबाबत त्यांनी सुधारणा घडवली नाही, तर त्यांना नोकरीला मुकावं लागेल. त्यांनी वेळेत सुधारणा घडवली, तर आपला प्रश्न सुटेलच. पण आपण असमाधानकारक काम आणि असमाधानकारक नेतृत्व या गोष्टींकडे कानाडोळा करून चालढकल करता कामा नये."

"छान! आपण याबाबत कार्यवाहीला प्रारंभ करू या," ग्रेग म्हणाला.

सर्वांत नवं सर्वेक्षण

कॅरिबिअन समुद्रातील अँटिग्वाहून परत आल्यापासून, प्रत्येक जण सायमनला विचारत होता की, 'निर्णय घेणाऱ्या संघानं तिथं काय ठरवलं?' सायमन त्यांना म्हणाला की, त्यांनी अजून कोणताही ठोस निर्णय घेतलेला नव्हता; ड्रीम-मॅनेजर उपक्रमाचा विस्तार आणि त्या सुधारणा याबाबत त्यांना फक्त काही नव्या कल्पना सुचलेल्या होत्या आणि त्या कल्पनांबाबत आता त्यांना कर्मचाऱ्यांची प्रतिक्रिया घ्यायची होती.

चर्चेत या गटानं एकच गोष्ट नक्की ठरवलेली होती : शक्य तेवढ्या लवकर सर्व कर्मचाऱ्यांना ड्रीम-मॅनेजर उपक्रमात सहभागी करून घ्यायचं. ह्या घडीला पासष्ट टक्के कर्मचाऱ्यांनी ह्या उपक्रमात भाग घेतलेला होता. सीन आणि मिशेलवरचा कामाचा बोजा पाहता सर्व इच्छुक कर्मचाऱ्यांना या उपक्रमात सहभागी करून घेण्यासाठी निदान एका वर्षाचा कालावधी लागला असता.

इतके कर्मचारी रांगेत तिष्ठत ठेवायचे नसले, तर नवा निदान एक आणि बहुधा नवे दोन ड्रीम-मॅनेजर्स नियुक्त करणं गरजेचं होतं. परंतु याबाबत निर्णय घेणाऱ्या समितीला कर्मचाऱ्यांचं मत विचारात घ्यायचं होतं. त्यामुळे सर्वेक्षणाच्या प्रश्नावलीत त्यांनी 'शंभर टक्के कर्मचाऱ्यांचा उपक्रमात सहभाग' या मुद्याचासुद्धा समावेश केलेला होता.

सर्वेक्षणाच्या प्रश्नपत्रिका वाटल्या गेल्या आणि उत्तरांसकट त्या ताबडतोब परत आल्या. खूप लोकांनी सर्वेक्षणात भाग घेतला होता. उत्तरं देताना प्रश्नावलीवर आपलं नाव न घालण्याचा पर्याय कर्मचाऱ्यांपुढे खुला होता. परंतु त्यांना उत्तरपत्रिकेवर आपलं नाव घालावंसं वाटलं, तर ड्रीम मॅनेजरपर्यंत या उत्तरपत्रिका पाठवायच्या की नाही, हे ठरवण्याची त्यांना परवानगी दिलेली होती.

शहाण्णव टक्के कर्मचाऱ्यांनी उत्तरपत्रिकांवर नावं घातली होती आणि त्या सर्वांनी ह्या उत्तरपत्रिका ड्रीम मॅनेजरकडे पाठवाव्यात, असं मत व्यक्त केलं होतं. वस्तुतः यातल्या अनेकांना ड्रीम-मॅनेजरला भेटायची संधी अजूनही मिळालेली नव्हती, तरीसुद्धा त्यांनी असं मत व्यक्त केलं होतं.

बहुसंख्य कर्मचाऱ्यांनी येत्या तीन ते सहा महिन्यांत सर्व कर्मचाऱ्यांना ड्रीम मॅनेजर उपक्रमात सहभागी करून घ्यायला अग्रक्रम दिलेला होता.

ग्रेग, सायमन, सीन, मिशेल आणि सँड्रा यांना काही उत्तम, नव्या कल्पना सुचलेल्या होत्या, परंतु त्यांच्या नजरेतून सुटलेला अत्यंत महत्त्वाचा मुद्दा, त्यांनी कॅरिबियनमध्ये सहा महिने मुक्काम

ठोकूनही, त्यांना सुचला असताच अशी खात्री देता आली नसती! आणि नेमका हाच मुद्दा, सर्वेक्षणात कर्मचाऱ्यांच्या दृष्टीनं सर्वांत महत्त्वाचा मुद्दा म्हणून नमूद झालेला होता : ड्रीम-मॅनेजरला भेटताना सोबत आपल्या मुलांनासुद्धा उपस्थित राहू दिलं जावं, अशी त्यांची इच्छा होती.

सर्वेक्षणातील ७१ टक्के उत्तरपत्रिकांमध्ये कर्मचाऱ्यांनी लिहिलं होतं, "आमच्या मुलांनासुद्धा ड्रीम-मॅनेजरची गरज आहे."

पहिल्या सर्वेक्षणाप्रमाणेच यावेळेससुद्धा कर्मचाऱ्यांनी कोणत्यातरी अनपेक्षित गोष्टीला अग्रक्रम दिलेला होता.

स्वप्नसंस्कृती

सायमननं आणि त्याच्या चमूनं ॲडमिरल कंपनीत, स्वप्नं पाहण्याची प्रथा रूढ केलेली होती. आजपर्यंत कर्मचाऱ्यांच्या भोजनगृहातील सूचना-फलकांवर केवळ रटाळ सूचनाच आढळायच्या; आता स्वप्नपूर्तीबद्दलच्या बातम्या आणि फोटो यांनी ते सूचनाफलक ओसंडून वाहात होते.

दर महिन्याला जेव्हा वेगवेगळे कर्मचारी ड्रीम-मॅनेजरची भेट घेण्यासाठी मुख्यालयात यायचे तेव्हा इतर कर्मचाऱ्यांच्या आयुष्यातील घडामोडींबद्दल त्यांनी माहिती मिळवावी याबाबत त्यांना उत्तेजन मिळायचं.

संचालक-मंडळ विविध चर्चाद्वारे नव्या पद्धतीनं बोनस देण्याबद्दल धोरण आखत होतं.

ड्रीम-मॅनेजर उपक्रमाला प्रारंभ करून पावणेतीन वर्षं झाली होती आणि दर चार महिन्यांनी होणाऱ्या नोंदीत नफ्याच्या आकडेवारीत वृद्धी झालेली दिसत होती. ग्रेग नफ्यातले पैसे पुन्हा या उपक्रमाकडे वळवत होता, परंतु त्या रकमेहून नफा अधिक झपाट्यानं वाढत असल्यामुळे कर्मचाऱ्यांमध्ये तो नफा वाटून देण्यासाठी त्याला अन्य मार्गांचा शोध घ्यावा लागत होता.

ग्रेग संचालक-मंडळाला म्हणाला, "मला फक्त एकदाच

नफ्याच्या हिश्शाचं वाटप करून थांबायचं नाहीय. वाढलेल्या नफ्याचा ठरावीक हिस्सा दरवर्षी कर्मचाऱ्यांमध्ये आपोआप वाटला जाईल, अशी प्रणाली मला आखायची आहे.''

सायमननं त्याला विचारलं, ''एखादी विशिष्ट गोष्ट तुझ्या मनात आहे का?''

ग्रेगनं उत्तर दिलं, ''आपल्याला ही गोष्ट तीन पद्धतींनी साधता येईल. पहिला प्रकार म्हणजे सर्व कर्मचाऱ्यांचा पगार दरवर्षी ठरावीक टक्क्यांनी वाढवणं. दुसरा प्रकार म्हणजे कंपनीच्या नफ्याच्या आणि वैयक्तिक पातळीवरच्या गुणवत्तेच्या निकषांवर आधारित बोनस-प्रणालीची निर्मिती करणं. या प्रकारात आपण एक ठरावीक रक्कम प्रत्येक खात्याच्या नावे बाजूला टाकू आणि त्या-त्या खात्याचे लोक त्याच्या अंतर्गत वाटपाबाबत निर्णय घेतील. तिसरी गोष्ट म्हणजे आपण एक 'ड्रीम-फंड' चालू करून दर चार महिन्यांनी नफ्याचा ठरावीक हिस्सा या फंडात टाकू या. आपल्या एखाद्या विशिष्ट स्वप्नाच्या पूर्ततेसाठी या फंडातून मदत मिळवायचा हक्क प्रत्येक कर्मचाऱ्याला दिला जाईल. पर्यवेक्षक आणि कर्मचारी, यांना अशी मदत कुणाला द्यायची, हे ठरवायचा हक्क असेल. सुरुवातीला पाचशे, हजार, अडीच हजार अशा वर्गवारीत आपण मदतीची रक्कम देऊ.

ग्रेगनं हा उपक्रम समोर मांडण्यापूर्वी त्याबाबत किती सखोल विचार केला आहे, हे जाणवून इतर जण अवाक् झाले. ग्रेग किती बदलला आहे, याचा हा आणखी एक पुरावाच होता!

ग्रेगचं बोलून झाल्यावर, सीन उठून उभा राहिला आणि टाळ्या वाजवायला लागला. एका पाठोपाठ एक, इतर सर्व जण उभे राहिले आणि त्यांनीसुद्धा टाळ्या वाजवून आपली पसंती दर्शवली. त्यांचा प्रतिसाद पाहून ग्रेग संकोचून गेला; परंतु त्या खोलीत उपस्थित असलेला प्रत्येक जण जाणून होता की, ग्रेगनं हे सारं केलंच पाहिजे असं बंधन त्याच्यावर नसूनही त्याने हे स्वेच्छेनं केलं होतं.

स्वप्नपूर्ततेसाठीची आर्थिक मदत आणि पगारवाढ यामुळे कर्मचारी अतिशय खूश झाले. त्यांच्यात नवा उत्साह संचारला. ज्या कुणा संशयी स्वभावाच्या कर्मचाऱ्याला वाटत होतं की, ड्रीम-मॅनेजर उपक्रम ही अल्पकाळ टिकणारी लाट आहे, त्याचीही खात्री पटली की, हा उपक्रम कायमस्वरूपी आहे.

कर्मचाऱ्यांना एकमेकांची स्वप्नं माहीत व्हायला लागली आणि जवळिकेच्या या नव्या भावनेमुळे त्यांच्यामधली एकजूट वाढली.

स्वप्नपूर्ततेसाठीची मदत मिळतेय हे पाहून इतर कर्मचाऱ्यांची कल्पनाशक्तीसुद्धा जागी झाली आणि सगळेच जण स्वप्नं पाहण्यासाठी उद्युक्त झाले. ज्यांनी स्वप्नांच्या यादीतील अगदी लहान स्वप्नाच्या पूर्ततेपासून प्रारंभ केला होता, ते आता मोठी स्वप्नं पाहायला लागले होते. कर्मचाऱ्यांना आपल्या काही स्वप्नांची पूर्तता करता आल्यानंतर त्यांचा आत्मविश्वास वाढायला लागला आणि त्यांनी आपल्या स्वप्नांच्या यादीत काही महत्त्वाकांक्षी स्वप्नांचासुद्धा समावेश केला. ड्रीम-मॅनेजरबरोबरच्या मासिक बैठकीत त्यांनी ह्या नव्या महत्त्वाकांक्षी स्वप्नांना शब्दात व्यक्त केलं.

ही नवी उदाहरणं पाहून इतरांनीसुद्धा स्फूर्ती घेतली.

एक नवीनच प्रथा सुरू झालेली होती. पूर्वी प्रामाणिकपणे केलेलं काम, कामातील गुणवत्ता, कामांचे तास आणि तंत्रज्ञान ह्या निकषांवर कंपन्यांमधील कामकाजाचा दर्जा मापला जात असे. काही कंपन्यांमधल्या व्यवस्थापनाचं धोरण होतं, निर्दय, निष्प्रेम आणि कठोर पद्धतीनं नियमांची कार्यवाही करणं. इतर काही कंपन्यांमध्ये खेळीमेळीच्या आनंदी वातावरणावर भर असायचा. आता या कंपनीनं स्वप्नं पाहण्याची संस्कृती सुरू करून नवाच पायंडा पाडलेला होता आणि त्याला अनपेक्षितपणे उदंड प्रतिसाद मिळाला होता.

ज्या संस्कृतीत स्वप्नं सत्यात उतरवली जातात, तिथं अमाप

उत्साह लाभतो आणि त्यामुळे काहीही साध्य करता येतं, अशी नवीच जाणीव उदयाला येत होती.

विस्तार आणि वृद्धी

ॲडमिरल कंपनीची भरभराट होत होती. आणखी नव्या ग्राहकांची भर पडत चाललेली होती आणि उत्पन्न वाढत होतं. लोकांनी नोकऱ्या सोडून जाण्याचं प्रमाण खूपच घटलं होतं आणि त्यामुळे होणारा खर्च वाचला होता, परिणामी नफ्यात वाढ होत होती.

कर्मचाऱ्यांनी नोकऱ्या सोडून जाणं थांबवल्याचे अनेक फायदे होते, पण त्यातले अनेक फायदे प्रारंभी सायमनच्या लक्षातच आलेले नव्हते. त्याला फक्त हा आकडा खाली आणायचा होता. कारण त्यामुळे सोडून गेलेल्यांच्या जागी नवे कर्मचारी भरती करण्यात कंपनीचा जो अफाट पैसा खर्च होत होता, तो वाचला असता आणि ह्या डोकेदुखीमुळे सायमनला जो त्रास होत होता, तो टळला असता. नवी माणसं भरती करण्याचा आणि त्यांना प्रशिक्षण देण्याचा खूप खर्च असतो, हे सायमनला माहीत होतं; परंतु कर्मचाऱ्यांचं सोडून जाण्याचं प्रमाणे घटू लागल्यावरच त्यातील छुपे फायदे त्याच्या लक्षात येऊ लागले होते.

ड्रीम-मॅनेजर उपक्रम सुरू झाला, त्याच्या आदल्या वर्षी कर्मचारी आजाराच्या सबबीखाली जितके दिवस गैरहजर राहिले होते, त्याच्या केवळ १७ टक्क्यांनी गैरहजेरी उपक्रमाच्या तिसऱ्या वर्षात आढळली. म्हणजेच आजारापोटीच्या गैरहजेरीत ८३ टक्क्यांनी घट झाली.

याच कालावधीत कर्मचाऱ्यांचं उशिरा येण्याचं प्रमाण घटून शून्यावर आलं होतं. उशिरा येणं, ही समस्या उरलेली नव्हती.

पूर्वी केवळ कर्मचारीच सोडून जात नव्हते; ग्राहकसुद्धा सोडून जात होते. तसं आता घडत नव्हतं. गेल्या बारा महिन्यांत ॲडमिरलने

एकही ग्राहक गमावला नव्हता.

"हे सगळं किती भीतिदायक आहे, नाही का? किती वेगवेगळ्या प्रकारे कर्मचारी कंपनीला खड्ड्यात घालू शकतात! आजारी नसताना रजा घेण्यापासून ते कंपनीतली पोस्टाची तिकिटं वैयक्तिक पत्रांसाठी वापरण्यापर्यंत!" सायमन ग्रेगला म्हणाला.

"खरं आहे तू म्हणतोस ते! परंतु अशा गोष्टींबाबत जास्त विचार केलास, तर वेड लागायची वेळ येईल. माझे अनुभवाचे बोल आहेत, विश्वास ठेव! मी असंच करायचो. एक गोष्ट माझ्या लक्षात आलीय. ती म्हणजे, जर तुम्ही तुमच्या माणसांची काळजी घेतलीत, तर ते तुमची काळजी घेतील. अर्थात काही जण परिस्थितीचा फायदा घेणारे निघतील, पण अशा लोकांचा अखेरीस तोटाच होत असतो!" ग्रेग म्हणाला.

"माझ्या मनात नेमकं हेच आलं होतं. आता आपल्यासाठी ५५७ कर्मचारी काम करत आहेत आणि आपलं काम ३२ टक्क्यांनी वाढलंय; असं असूनही आपण सफाईसाठीचं आणि इतर सामान गेल्या वर्षीहून या वर्षी कमी वापरलंय," सायमन म्हणाला.

"हे कसं शक्य आहे?" ग्रेग आश्चर्यानं म्हणाला.

"हेच सत्य आहे! आकड्यांकडे पाहिल्यावर माझा तर विश्वासच बसेना! मला वाटलं की बेरजेत काहीतरी चूक झालीय! म्हणून मी खोलात जाऊन हिशोब तपासला. हिशोब खात्यातली सिंडी मला म्हणाली की, कामाचा दर्जा खाली जाऊ न देता, शक्य तेवढं कमी प्रमाणात सफाईचं सामान वापरावं असं पर्यवेक्षक कर्मचाऱ्यांना सांगत आहेत," सायमननं कार्यकारणभाव समजावून दिला.

अविश्वासानं डोकं हलवत ग्रेग म्हणाला, "उत्पादनक्षमता वाढलीय. खर्च खाली आलाय. आपल्या कर्मचाऱ्यांना स्वप्नं पाहायला शिकवण्याचे एवढे फायदे होतील, याची आपल्याला कल्पना तरी होती का?"

"हे ऐकूनच जर तू एवढा प्रभावित झाला असशील, तर तुला

आश्चर्याचा आणखी एक धक्का देतो! व्यापारी – व्यावसायिक जागा स्वच्छ करणाऱ्या कामगारांवर नजर ठेवत असलेला आपला होजे नावाचा पर्यवेक्षक, गेल्या आठवड्यात माझ्याजवळ आला आणि मला म्हणाला की, आपल्याला तशी गरज पडली, तर त्याची माणसं, दर आठवड्याला आणखी एक इमारत स्वच्छ करू शकतील. त्याच्या माणसांनी यावर्षी २७ टक्के जास्त काम करून दाखवलंय आणि आपल्याजवळ येऊन ते आणखी काम करायची तयारी दर्शवत आहेत. आपण खरोखरच अत्यंत कार्यक्षम कर्मचारिवर्ग तयार केलाय. तुझ्यासाठी आणि त्याआधी इतरत्र, मी अनेक वर्षं काम केलंय. आजवर कर्मचारी माझ्याकडे अधिक पैशांची मागणी करायला येत असत, पण आणखी कामाची मागणी करत आजवर कुणीही माझ्यापाशी आलेलं नव्हतं!'' सायमन म्हणाला.

ग्रेग हसला...!

सायमन पुढे म्हणाला, ''स्कॉटनं आणि इतर दोघांनी दोन महिन्यांमागे राजीनामा दिला होता. होजेची नियुक्ती आपण स्कॉटच्या जागी केलीय.''

ॲडमिरलमधले कर्मचारी हौसेनं, आपणहोऊन जास्त काम करायला लागले असले, तरीसुद्धा ॲडमिरल कंपनीला कामावर आणखी माणसं नेमावी लागत होती, परंतु आता सायमनला रिकाम्या झालेल्या जागा भरायच्या नव्हत्या. वेबसाईट्स आणि वर्तमानपत्रांमध्ये, घाईघाईनं शेकड्यानं जाहिराती देऊन त्याला आता माणसं शोधावी लागत नव्हती. लोक आपणहोऊन ॲडमिरल कंपनीमध्ये कामाचा शोध घेत येत होते.

पूर्वी हजारो डॉलर्स आणि शेकडो तास खर्च करून, ॲडमिरल कंपनीला रिकाम्या जागा भराव्या लागत होत्या. आता तशी परिस्थिती उरली नव्हती. आता तेच पैसे आणि तोच वेळ धंद्यातली कार्यक्षमता वाढवण्यासाठी आणि लोकांना प्रेरणा देण्यासाठी सत्कारणी लावता येत होता!

पारितोषिकं

त्याच वर्षीच्या जून महिन्यात, ग्रेगला, 'त्या वर्षीचा ओहायो राज्यातला सर्वोत्कृष्ट उद्योजक ('आंत्रप्रेन्युर, ऑफ द इयर')' म्हणून घोषित करून सन्मानित करण्यात आलं आणि या पदासाठीच्या राष्ट्रीय स्तरावरील स्पर्धेत त्याचं नामांकनही झालं.

राष्ट्रीय स्तरावरचा पारितोषिकवितरण सोहळा, लास व्हेगासमधील 'सीझर्स पॅलेस' या हॉटेलमध्ये आयोजित करण्यात आला होता. या स्पर्धेत राष्ट्रीय स्तरावर नामांकन होऊन भाग घेणारे पन्नास स्पर्धक त्यांच्या कुटुंबीयांबरोबर, मित्रांबरोबर आणि अतिथींबरोबर उपस्थित राहिले होते. एकूण तीन हजार माणसं तिथं जमा झालेली होती. या जल्लोषात सहभागी होण्यासाठी ग्रेगनं त्याच्यासोबत ॲडमिरल कंपनीतल्या चौतीस कर्मचाऱ्यांना लास व्हेगासला नेलं होतं. सतरा वेगवेगळ्या खात्यांवर, आपापल्या खात्यातील दोन कर्मचाऱ्यांची यासाठी निवड करण्याची जबाबदारी सोपवण्यात आली होती.

ग्रेगनं आपल्या भाषणात, अत्यंत धाडसी आणि हुशारीचा असा 'ड्रीम-मॅनेजर-प्रकल्प' सुचवणाऱ्या सायमनला मन:पूर्वक श्रेय दिलं. ग्रेग म्हणाला की त्यानं स्वत: भिन्न पार्श्वभूमी असलेल्या, विविध आर्थिक पातळ्यांवरल्या असंख्य लोकांची स्वप्नं सत्यात उतरताना पाहिलेली होती.

तो बोलत असताना, टाचणी पडली असती, तरी आवाज ऐकू आला असता, एवढी शांतता होती!

समारोप करताना ग्रेग म्हणाला, "समारोपासाठी मी एकच गोष्ट सांगतोय. आपल्या सगळ्यांचीच काही स्वप्नं असतात. आपण जेवढे लवकर स्वप्नं पाहायला लागू, आपल्याला स्वप्नपूर्तीसाठी उत्तेजन देणारे जेवढे जास्त गुरुजन आणि मित्र आपल्या पाठीशी उभे असतील, तेवढं आपलं आयुष्य अधिक समृद्ध होईल. यशावकाश आपणसुद्धा इतरांना स्वप्नपूर्तीसाठी

मदत करायला लागू आणि हे चक्र अव्याहतपणे फिरत राहील. ॲडमिरल कंपनीसाठी काम करणारे अनेक लोक अत्यंत गरीब पार्श्वभूमीतून येतात. गेल्या तीनचार वर्षांत मी एक गोष्ट शिकलोय ती म्हणजे, त्यांची ही गरिबी फक्त पैशांची नसते, ही गरिबी असते योग्य संधीची. ॲडमिरल कंपनीत आमचा स्वप्नांवर विश्वास आहे आणि आपली स्वप्नं वास्तवात उतरवण्यासाठी आम्ही आमच्या कर्मचाऱ्यांना मदत करतो! एका विशिष्ट समस्येवर तोडगा शोधण्यासाठी आम्ही धडपडत होतो; योगायोगानं, त्याऐवजी आम्हाला आयुष्याचाच अर्थ उमगला. तुमचं स्वप्न कोणतं आहे? आणि तुम्ही तुमचं स्वप्न का जगत नाही आहात?''

सारे श्रोते उठून उभे राहिले आणि टाळ्यांचा कडकडाट करून त्यांनी ग्रेगचं कौतुक केलं. ॲडमिरलचे कर्मचारी अभिमानानं फुलून गेले होते.

नाताळपूर्व आठवड्यात, 'शहरातील सर्वाधिक गौरवशाली कंपनी' म्हणून ॲडमिरल कंपनीची निवड बहुमतानं करण्यात आली. कुणीही ही गोष्ट स्वप्नात तरी पाहिली होती? नेहमी एखाद्या बहुराष्ट्रीय कंपनीला किंवा जाहिरात कंपनीला लाभणारा बहुमान यावेळेस सफाई कर्मचारी पुरवणाऱ्या एका कंपनीनं हस्तगत केला होता!

ग्रेग, सायमन, सीन आणि इतर ड्रीम-मॅनेजर्सवर प्रसारमाध्यमांपुढे मुलाखती देण्यासाठी विनंत्यांचा भडिमार होत होता आणि असाच उपक्रम दुसऱ्या कंपनीत सुरू करण्यासाठी या सर्वांपुढे नोकरीचे असंख्य प्रस्ताव ठेवले जात होते.

पण यापैकी कुणीही मुलाखती दिल्या नाहीत आणि कुणीही ॲडमिरल कंपनी सोडूनसुद्धा गेलं नाही.

नाताळ

स्वप्नांबाबतच्या पहिल्या सर्वेक्षणाच्या वेळेस, कुणीतरी इच्छा

व्यक्त केली होती : 'योग्य प्रकारे नाताळचा सण साजरा करता यावा.' ह्या उत्तरपत्रिकेवर, लिहिणाऱ्यानं आपलं नाव घातलेलं नव्हतं; परंतु ही उत्तरपत्रिका वाचल्यापासून ही व्यक्ती कोण असावी याबद्दल सीनला अत्यंत कुतूहल वाटत आलेलं होतं.

"किती साधीशी इच्छा!" त्याच्या मनात आलं होतं. नाताळच्या सणाला सहा आठवडे राहिले असताना, त्याचा स्वप्नांबाबतच्या पहिल्या मुलाखतीसाठी बॉब बेकर सीनपाशी आला. पहिल्या स्वप्नांबाबतच्या सर्वेक्षणात, त्यानंच ही साधीशी इच्छा व्यक्त केलेली होती आणि सीनला त्यानं आज दिलेल्या स्वप्नांच्या यादीतसुद्धा त्यानं हीच इच्छा व्यक्त केलेली होती.

बॉबचं वय तेवीस वर्षांचं होतं. तो पंधरा वर्षांचा असताना त्याच्या कुटुंबीयांनी त्याला घराबाहेर काढलं होतं. त्याच्या विवाह झालेला होता आणि त्याला दोन मुलं होती : जोशुआ पाच वर्षांचा होता आणि लिसा दोन वर्षांची होती.

ड्रीम-मॅनेजरला भेटायची विनंती करणं त्यानं खूपच लांबणीवर टाकलेलं होतं. उपक्रमाच्या सुरुवातीपासून कंपनीत असलेल्या कर्मचाऱ्यांपैकी, ह्या उपक्रमात सामील होणारा तो शेवटच्या कर्मचाऱ्यांच्या गटातला होता. पण अखेरीस तो ड्रीम-मॅनेजरला भेटायला इथवर येऊन पोहोचला होता.

बॉबनं दिलेल्या त्याच्या स्वप्नांच्या यादीवर सीननं ओझरती नजर टाकली आणि ती स्वप्नं इतकी साधीसरळ असल्याचं पाहून तो आश्चर्यचकित झाला. ड्रीम-मॅनेजर म्हणून गाठीशी अनुभव जमा केल्यावर सीनच्या लक्षात एक गोष्ट आलेली होती की आपण जी स्वप्नं पाहात असतो, त्यातसुद्धा कालांतरानं उत्क्रांती घडत असते! प्रारंभी आपल्या डोळ्यांपुढली स्वप्नं सोपी-सोपी असतात. अशा साध्या-सोप्या स्वप्नांची पूर्तता करण्यात आपल्याला यश मिळालं की, आपण मोठी स्वप्नं पाहायला सुरुवात करतो. बॉबनं दिलेल्या त्याच्या स्वप्नांच्या यादीवर नजर टाकताक्षणी सीननं ताडलं की आजवर बॉबला स्वप्नांचा पाठपुरावा करण्याची

संधी लाभलेलीच नव्हती आणि त्यामागचं कारण आळशीपणा हे नसून आजवरचा त्याचा सगळा वेळ आणि ऊर्जा केवळ जिवंत राहण्याच्या धडपडीत खर्ची पडलेली होती.

बॉबनं यादीत लिहिलेल्या स्वप्नांपैकी कोणतंही स्वप्न पूर्ततेसाठी प्रथम निवडता आलं असतं, पण नाताळचा सण फक्त सहा आठवड्यांवर आलेला असल्यामुळे सीननं 'योग्य प्रकारे नाताळचा सण साजरा करता यावा' या स्वप्नाला अग्रक्रम दिला. सीननं बॉबला सहजपणे प्रश्न केला, "योग्य प्रकारे साजरा केलेला नाताळ म्हणजे काय?"

बॉबनं त्याचं तपशीलवार वर्णन करायला सुरुवात केल्यावर सीनला जाणवलं की बॉब लहान असताना हे त्याचं स्वत:चंच स्वप्न होतं आणि आता ते स्वप्न तो त्याच्या मुलांसाठी पाहात होता. सीननं तपशील लिहून घेतला, बॉबच्या आर्थिक स्थितीचा अंदाज घेतला आणि येत्या सहा आठवड्यांसाठी बचतीचा आराखडा आखला.

"आतापासून नाताळपर्यंत, तुझ्या हाती पगाराचे तीन चेक्स येणार आहेत. येता नाताळ अगदी तुझ्या मनातल्या स्वप्नासारखा साजरा करता आला नाही, तरी तुझ्या आणि तुझ्या कुटुंबीयांच्या आठवणीतला हा सर्वांत उत्कृष्ट नाताळचा सण असेल अशी मी तुला ग्वाही देतो," बॉब सीनच्या ऑफिसातून बाहेर पडत होता, तेव्हा सीननं त्याला आश्वासन दिलं.

त्यानं बॉबला एका आराखड्यानुसार काम सुरू करायला सांगितलंच होतं. त्याखेरीज सीनच्या मनात आणखी एक योजना आकार घेत होती. या दोन्ही गोष्टींची बॉबच्या वैयक्तिक विकासासाठी गरज आहे असं सीनला वाटत होतं.

त्याच दिवशी, वेगवेगळ्या खात्याच्या व्यवस्थापकांकडे आणि पर्यवेक्षकांकडे, सीननं एक निवेदनपत्र पाठवलं. त्यात, बॉबनं पाहिलेल्या ह्या स्वप्नाचा, सीननं उल्लेख केलेला होता. त्यानं बॉबची पत्नी आणि मुलं यांची वयं आणि आवडीनिवडी नमूद

करून इतरांना आवाहन केलं होतं की या कुटुंबाच्या स्वप्नपूर्तीसाठी करता येईल ती मदत त्यांनी करावी; त्यांनी खाऊ, भेटवस्तू किंवा रोख पैसे या स्वरूपातली मदत सीन किंवा मिशेलच्या ऑफिसात २१ डिसेंबरपर्यंत पोहोचवावी.

२२ डिसेंबर रोजी, बॉब त्याच्या स्वप्नांबाबतच्या चर्चेसाठीच्या दुसऱ्या बैठकीला हजर राहिला. खरं तर, तो १२ डिसेंबरलाच सीनला भेटेल, असं पहिल्या बैठकीत ठरलेलं होतं. पण सीननं ती बैठक हेतुपुरस्सर रद्द केली होती आणि हा दिवस नक्की केला होता. बॉब खोलीत आला, तेव्हा सीननं त्याला बसायला सांगितलं आणि दोघांनी मिळून आखलेल्या योजनेच्या आराखड्याबाबत झालेल्या प्रगतीची चौकशी केली. बॉबनं प्रामाणिकपणे आराखड्याबरहुकूम काम आणि बचत केलेली होती.

"सीन, तू म्हणाला होतास ते खरंच आहे. माझ्या स्वप्नातल्या साऱ्याच कल्पना प्रत्यक्षात उतरवता आल्या नाहीत आणि क्रेडिटकार्डवर केलेल्या खरेदीचे सगळे पैसे या महिन्यात फेडता आले नाहीत, तरीसुद्धा आमच्या आठवणीतला हा सर्वांत चांगला नाताळ असेल!"

सीन हसला आणि उठून उभा राहिला. "बॉब, मला तुझा खरोखरच अतिशय अभिमान वाटतोय! चल, आपण जरा फेरफटका मारून येऊ!"

एका रिकाम्या असलेल्या ऑफिसच्या खोलीत, बॉबला मदत करू इच्छिणाऱ्या लोकांनी पाठवलेल्या भेटवस्तू, व्यवस्थापनखात्याच्या कर्मचाऱ्यांनी नेटक्या रचून ठेवलेल्या होत्या. त्या खोलीत प्रवेश करण्यापूर्वी सीननं बॉबला सांगितलं की सीननं बॉबचं स्वप्न इतर काही कर्मचाऱ्यांना सांगितलेलं होतं आणि त्याच्या स्वप्नपूर्तीसाठी हातभार लावण्याची इच्छा त्यांनी व्यक्त केली होती.

हे सांगून होताक्षणी सीननं त्या खोलीचा दरवाजा उघडला आणि आतल्या भेटवतू पाहून बॉबचा त्याच्या डोळ्यांवर विश्वासच बसेना! आत औदार्याचा पर्वत उभा होता : बास्केटबॉल्स, बेसबॉलच्या

बॅट्स, बाहुलीचं घर, बूट, दुचाकी, कपडे, आय-पॉड, खाऊ आणि चॉकोलेट्स तर मेजवानीला पुरून उरतील एवढी!

बॉबनं वळून सीनकडे पाहिलं आणि तो भरल्या कंठानं म्हणाला, "किती चांगला आहेस रे तू!"

सगळ्यांचा सहभाग

पेट्रा ॲडमिरल कंपनीत काम करत होती. ती गावाच्या मध्यवर्ती विभागातील ऑफिसांच्या इमारतींचं सफाईचं काम करायची. ती रात्रपाळीत काम करायची. फिफ्थ स्ट्रीटवरील एका ऑफिस-बिल्डिंगचं व्यवस्थापन पेट्राच्या काकांकडे होते. नाताळच्या कौटुंबिक मेजवानीसाठी सगळे नातेवाईक एकत्र जमले होते, तेव्हा पेट्रानं तिच्या काकांना विचारलं, "अंकल जो, तुमच्या इमारतीच्या सफाईचं काम तुम्ही आमच्या कंपनीला का देत नाही? आताचे लोक करत आहेत, त्यापेक्षा आम्ही अधिक स्वच्छ काम करू."

मार्च महिन्यात नव्या वर्षाचा करार करण्याची वेळ आली, तेव्हा पेट्राच्या अंकल जोनी ॲडमिरल कंपनीकडून निविदा मागवली. जून महिन्याच्या एक तारखेपासून ॲडमिरल कंपनी ते काम करायला लागली.

ग्रेगनं सायमनला फोन करून म्हटलं, "फिफ्थ स्ट्रीटवरल्या लिडनरबुवांच्या इमारतीच्या सफाईचं कंत्राट आपल्याला मिळालंय असं मी ऐकतो!"

सायमन उठून ग्रेगच्या ऑफिसात गेला.

"ही बातमी खरी आहे, पण आपल्याला हे कंत्राट कसं मिळालं, हे तुझ्या कानांवर आलंय का?"

ग्रेगनं त्यामागची कहाणी ऐकल्यावर, त्यानं हिशोब-खात्याला फोन केला आणि हजार डॉलर्सचा एक चेक बनवायचा आदेश दिला. घरी जाताना वाटेत पेट्रा जिथं काम करत असे, त्या इमारतीपाशी ग्रेग थांबला. त्यानं पेट्राचे आभार मानले आणि

तिला तो चेक दिला.

पुन्हा ही बातमी एखाद्या वणव्यासारखी कंपनीभर पसरली. आता प्रत्येक कर्मचारी ॲडमिरल कंपनीसाठी आणखी काम मिळवायच्या प्रयत्नाला लागला.

नवी कामं मिळवण्यासाठी ॲडमिरल कंपनीनं तीन माणसं नियुक्त केली होती, पाहता पाहता ती संख्या ५५० वर पोहोचली; कारण प्रत्येक कर्मचारीच नवं काम मिळवून द्यायला झटू लागला!

त्यामुळे ॲडमिरलला मिळणारं काम अनेक पटींनी वाढलं.

ग्रेग व्यवस्थापन - समितीला उद्देशून म्हणाला, "तुम्ही क्षणभर विचार केलात, तर ही गोष्ट तुम्हाला लख्खपणे उमगेल. बरेचसे व्यवसाय ठप्प होतात कारण त्यात नवा धंदा मिळवून आणणारे लोक मूठभरच असतात. आणि व्यवस्थापनाकडे बघणारे लोक खंडीभर असतात. धंद्याची भरभराट होण्यासाठी, आणखी धंदा मिळवण्यासाठी प्रत्येक कर्मचाऱ्यानं धडपड केली पाहिजे. प्रत्येकजणच जेव्हा असा प्रयत्न करतो, तेव्हा यश तुमच्याकडे चालून येतं."

व्यवस्थापन-समितीच्या या बैठकींमधलं वातावरण आजकाल अत्यंत खेळीमेळीचं राहायला लागलं होत. बाहेरच्या जगात यातले काहीजण एकमेकांचे मित्र होऊ शकले नसते; परंतु त्यांच्यातील भिन्नतेमुळे समितीत वैविध्य आलेलं होतं. ह्या वैविध्यामुळे अनेक अंगी विकास शक्य झालेला होता.

जे सत्य त्यांना नेहमीच मनातून जाणवत आलेलं होतं, ते त्यांना आता डोळ्यांपुढे दिसत होतं आणि अनुभवता येत होतं. त्यांना वास्तवाची जाणीव झालेली होती : तुम्ही लोकांबद्दल आस्था बाळगता, त्यांच्या भल्यासाठी प्रयत्न करता हे लोकांना एकदा जाणवलं की, ते सुद्धा तुम्हाला भरभरून प्रतिसाद देतात आणि मग प्रत्येक जणच कंपनीच्या भल्यासाठी झटायला लागतो!

त्यांच्या पुढल्या बैठकीच्या प्रारंभीच ग्रेगनं सर्वांना सुवार्ता

सांगितली की गेल्या नव्वद दिवसांत, एकही कर्मचारी ॲडमिरल कंपनी सोडून इतरत्र गेलेला नाही आणि कंपनीच्या इतिहासात हे प्रथमच घडत होतं.

“खरं तर आता काही कर्मचारी कंपनी सोडून बाहेर पडले, तर कंपनीच्या दृष्टीनं ते चांगलं ठरेल,” सायमन म्हणाला.

“काय म्हणालास?” ग्रेगनं अविश्वासानं विचारलं.

सायमन पुन्हा एकदा म्हणाला, “मला वाटतंय, काही कर्मचारी कंपनी सोडून बाहेर पडले, तर कंपनीच्या दृष्टीनं ते हिताचं ठरेल.”

“तुला म्हणायचंय तरी काय?” ग्रेग अस्वस्थ झालाय हे स्पष्टपणे जाणवत होतं.

“जन्मभर ऑफिस आणि प्रसाधनगृह साफ करत राहणं कुणालाच नको असतं. यातले काही कर्मचारी, प्रयत्नपूर्वक वेगवेगळ्या विषयांचा अभ्यास करत आहेत. काहीजणांनी तर त्यांचं नाव कॉलेजातसुद्धा घातलं आहे. त्यांची आपल्या कंपनीतच पदोन्नती होऊ शकली नाही; तर त्यांच्या योग्यतेला साजेशा नोकऱ्या मिळवायला आणि ध्येयपूर्ती करायला आपणच त्यांना मदत करायला हवी,” सायमन आपल्या बोलण्याचा अर्थ समजावून देत म्हणाला.

“तुला वेडबीड तर लागलं नाही ना? पहिल्यांदा आपण त्यांना नोकरीत टिकवून धरायचे प्रयत्न करत होतो! आता त्यांनी बाहेर पडावं म्हणून आपण प्रयत्न करायचे?” ग्रेगनं विचारलं.

पीटर म्हणाला, “मला वाटतंय सायमनचं म्हणणं बरोबर आहे. आपण त्यांना अशी मदत केली नाही, तर लवकरच त्यांचं मन कामावरून उडेल आणि पूर्वीसारख्याच समस्या आपल्यापुढे उभ्या ठाकतील... नीटपणे काम न करणं, उशिरा कामावर येणं, आजाराच्या सबबीखाली दांड्या मारणं, आळशीपणा, नोकरी सोडून देणं!”

सायमन म्हणाला, “आणि त्यात त्यांना दोष देता येणार

नाही. आपण त्यांना थोपवू शकणार नाही. काही लोक सोडून गेले तर ते कंपनीच्या दृष्टीनं हिताचंच असतं. कुणीही कर्मचारी नोकरी सोडून बाहेर पडत नाही ही गोष्ट कंपनीच्या आरोग्याला बाधकच ठरते. आपण त्यांच्या विकासासाठी मदत करत असलो आणि त्यांच्या स्वप्नपूर्तीसाठी झटत असलो, तर काहीजणांची योग्यता नक्कीच इतकी वाढेल की इथल्या कामात त्यांचं मन रमणार नाही...''

ग्रेगनं त्याचं वाक्य अर्ध्यावर तोडत म्हटलं, ''थांब! थांब! जरी ही वेडपटपणाची सूचना मी मान्य केली, तरी तू नेमकं करणार काय? तुम्ही या लोकांना नोकरीवरून बाहेर काढून, 'माफ करा! तुमची योग्यता याहून अधिक आहे,' असं म्हणून हात झटकू शकणार नाही!''

सायमन म्हणाला, ''असं करायचंच नाही! आपल्याला आता गरज आहे एका वेगळ्या प्रकारच्या ड्रीम-मॅनेजरची. या ड्रीम-मॅनेजरच्या गाठीशी माणसांना नोकऱ्या मिळवून देण्याचा अनुभव असायला हवा. आपल्या कर्मचाऱ्यांची योग्यता वाढल्यावर, त्यांची पदोन्नती आपल्या कंपनीतच होऊ शकणार नसेल, तर इतरत्र त्यांच्या योग्यतेची नोकरी मिळवून देण्यासाठी हा ड्रीम-मॅनेजर त्यांना मदत करेल.''

''म्हणजे कंपनीतल्या कंपनीतच अन्यत्र नोकरी मिळवून देण्याची सेवा उपलब्ध करून द्यायची?'' ग्रेगनं विचारलं.

''हो! नेमकं तसंच!''

''तुला वेड लागतंय. तू ठार वेडा झाला आहेस! आपलं इथलं उद्दिष्ट आहे लोकांना नोकरीत टिकवून धरण्याचं. आणि तू त्यांना नोकरी सोडून जायला मदत करणार आहेस?''

''हो,'' खजील होऊन सायमन म्हणाला.

''तुझ्या म्हणण्याचा असा अर्थ आहे की आपल्या कर्मचाऱ्यांना इतरत्र नोकरी मिळवून देण्यासाठी मी कुणाला तरी नियुक्त करायचं?'' ग्रेगनं विचारलं.

सायमन काकुळतीनं त्याला विनवत म्हणाला, ''ही गोष्ट आपल्या धंद्याच्या दृष्टीनं हिताचीच ठरेल. ही गोष्ट करणं म्हणजे स्वत:च्या पायावर धोंडा पाडून घेणं आहे असं कुणाला वाटलं, तरी प्रत्यक्षात ते तसं नाही. आपल्या धंद्याच्या दृष्टीनं ही सर्वोत्तम गोष्ट ठरेल.''

ग्रेग रागानं डोळे वटारून पाहात होता. सायमननं आपलं बोलणं पुढे रेटलं.

''ह्या कृतीमुळे तुझे कर्मचारी तुझ्याबद्दल इतका आदरभाव राखायला लागतील की त्याची कल्पनासुद्धा करता येणार नाही. 'जिथं स्वप्नपूर्ती होऊ शकते आणि जिथं नोकरीत जन्मभर पिचत पडावं लागत नाही अशी आपली ॲडमिरल कंपनी आहे' असं लोकांना वाटायला लागेल. ज्या लोकांना आपली स्वप्नं सत्यात उतरवायची इच्छा आहे, असे लोक इथे नोकरीसाठी धाव घेतील. त्यामुळे आपण योग्य प्रकारच्या लोकांना आकृष्ट करू शकू. आपली स्वप्नं वास्तवात उतरवण्यासाठी ज्या माणसांना खडतर कष्ट करण्याची जिद्द वाटतेय, असेच लोक आपल्याकडे नोकऱ्या करतील.''

''ठीक आहे! ठीक आहे!'' सायमनचं बोलणं ऐकणं फार दु:खद वाटत असल्याच्या स्वरात ग्रेग म्हणाला, ''तुझं म्हणणं बरोबरच आहे! पण इथली एकजूट वाढवून लोकांना टिकवून धरण्यासाठी आपण खूप परिश्रम केले आहेत आणि हे लोक आता आपल्याला आपल्या कुटुंबीयांसारखेच वाटू लागले आहेत, त्यामुळे तुझी सूचना फार दु:खद वाटतेय!''

सायमन म्हणाला, ''हे लोक आपल्याला कुटुंबीयांप्रमाणे जवळचे वाटत असले, तरी कधी-कधी ममता-मोह आवरून धरणंच श्रेयस्कर असतं.''

निर्णय घेणाऱ्या ह्या समितीचं ह्या मुद्द्याबाबत एकमत झालं आणि ड्रीम-मॅनेजर-समूहासाठी नवा उमेदवार शोधण्याची त्यांनी व्यवस्था केली. हा नवा ड्रीम-मॅनेजर ॲडमिरल कंपनीतल्या सर्वोत्कृष्ट आणि

सर्वांत हुशार कर्मचाऱ्यांची क्षितिजं विस्तारून देऊन त्यांना त्यांच्या स्वप्नपूर्तीसाठी झेप घ्यायला साहाय्य करणार होता.

"काही लोक सोडून गेले, तर कंपनीच्या स्वास्थ्याच्या दृष्टीनं ते नेहमीच घातक असत नाही" हा मुद्दा ग्रेगला आणि इतरांना पटवून देण्यात सायमनला यश मिळालेलं होतं. काही लोक इतर कर्मचाऱ्यांच्या मनात विषारोपण करतात. अशा लोकांना दूर सारणंच श्रेयस्कर ठरतं. इतर काहीजण कंपनीच्या संस्कृतीत रुळू शकत नाहीत. अशांनासुद्धा कंपनी सोडायला उद्युक्त करणंच हितावह ठरतं. इतर काहीजण इतका प्रचंड वैयक्तिक विकास करून घेतात की कंपनीतल्या तोकड्या संधीमध्ये ते समाधानी राहणं अशक्य असतं. अशांना त्यांच्या योग्यतेची नोकरी अन्यत्र मिळवून देणं सर्वांच्या दृष्टीनंच हिताचं असतं.

'एकही कर्मचारी सोडून जाता कामा नये' ही विचारसरणी वास्तवाला धरून होणार नाही!

उच्च कोटीच्या समस्या

ग्रेगच्या ऑफिससमोरून जाताना, सायमन त्याला म्हणाला, "काळ बदललाय, ग्रेग!"

सायमन आता येऊन स्थानापन्न झाल्यावर ग्रेगनं त्याला विचारलं, "तो कसा काय?"

"गेल्या आठवड्यात तीन रिकाम्या जागा भरण्यासाठी आपण जी जाहिरात दिली, ती पाहून सातशे अर्ज आले. त्यातले ७५ टक्के अर्जदार आपल्या कर्मचाऱ्यांच्या नात्यातले होते किंवा त्यांच्या शिफारसीमुळे आपल्याकडे आलेले होते," सायमन म्हणाला.

ग्रेग म्हणाला, "ठाऊक आहे. आज सकाळीच मी सीनशी बोलत होतो. त्यानं मला सांगितलं की स्वप्नांसाठीच्या प्रत्येक बैठकीनंतर कर्मचारी त्याला विचारतात की आपल्या कंपनीत काही नोकऱ्या उपलब्ध आहेत का? ते म्हणतात, 'माझा भाऊ

आहे. ...आत्या आहे. ...मित्र आहे...' "

ग्रेगला वाटलं की ही गोष्ट आनंदाचीच आहे. पूर्वीच्या खडतर काळाची आठवण त्याच्या मनात अजूनही ताजी होती.

सायमन पुढे म्हणाला, "ह्या विशिष्ट समस्येचं सीननं नामकरण केलंय."

"ते कोणतं?" ग्रेगनं विचारलं.

"तो याला उच्च कोटीच्या समस्या म्हणतो," सायमन म्हणाला.

"हे नाव मला आवडलं. काही लोकांपुढे मात्र खऱ्याखुऱ्या समस्या उभ्या असतात! आपल्या प्रतिस्पर्ध्यांनाच विचारून पाहा." त्याच्या खास पद्धतीनं हसत, ग्रेग म्हणाला.

सल्लागारपद

सायमन जवळजवळ चार वर्षं इतरांना सल्ला देण्याबाबत नकार देत होता. अखेरीस 'ड्रीम-मॅनेजर' ह्या संकल्पनेबद्दल आणि त्यातील तत्त्वांबद्दल सल्ला द्यायला तो राजी झाला. ग्रेगनं त्याला आठवड्यातून एक दिवस कामावर अनुपस्थित राहून इतर कंपन्यांचा सल्लागार म्हणून काम करायला परवानगी दिली होती. त्यामुळे शिकागोस्थित दोन-तीन मित्रांबरोबर सायमननं सल्ला देणारी एक कंपनी स्थापन केली.

त्याचा मित्र एड ज्या बँकेत काम करत होता, ती बँक हा त्यांचा पहिला ग्राहक होता. या संकल्पनेच्या यशस्वितेचा अंदाज घेण्यासाठी त्यांनी हा उपक्रम ओहायो, केंटकी आणि इंडियाना राज्यांमध्ये सहा आठवड्यांसाठी प्रयोगस्वरूपात चालवला. त्या उपक्रमाला अपेक्षेपलीकडलं यश लाभलेलं पाहून त्यांनी हा उपक्रम बँकेच्या खास ग्राहकांसाठी सुरू केला ...आणि त्या उपक्रमाला इतका अपूर्व प्रतिसाद मिळाला की, बँकेचा धंदा अनेक पटींनी वाढला.

सल्ला देण्याचं हे काम सायमन वैयक्तिक-आर्थिक लाभासाठी

अजिबात करत नव्हता. 'ड्रीम-मॅनेजर' ही संकल्पना सफाई-कर्मचाऱ्यांखेरीज इतरत्रसुद्धा अत्यंत महत्त्वाची आहे की नाही, ही गोष्ट त्याला स्वत:ला पडताळून पाहायची होती आणि इतरांना पटवून द्यायची होती.

येत्या वर्षभरात ही संकल्पना राबवून त्यानं एका बँकेला, एका फास्ट-फूड-चेनला, एका विमा-कंपनीला प्रचंड मदत केली आणि कामगार सोडून जाणं थोपवणं आणि कंपनीतल्या कर्मचाऱ्यांमधलं सहकार्य वाढवणं या महत्त्वाच्या गोष्टी साध्य करून दिल्या.

त्याचा आतला आवाज त्याला जी गोष्ट सतत सांगत होता, ती गोष्ट खरी ठरली! लोक कोणत्याही व्यवसायात असोत, ते सर्वजणच कोणतीतरी स्वप्नं पाहात असतात.

स्पर्धा

तीन कर्मचारी जेवणाच्या खोलीत बसून एकमेकांशी जे बोलत होते, ते सँड्राच्या कानी पडलं. ''रीजन्सी कंपनीनं मला फोन केला आणि नोकरी देऊ केली. इथल्यापेक्षा जास्त पगार द्यायचं त्यांनी कबूल केलंय.''

''मग तू त्यांना काय म्हणालास?''

''मी याबाबत माझ्या बायकोशी चर्चा केली. ती मला म्हणाली, 'तिथं तू जाणार आणि चार पैसे जास्त मिळवणार. त्यानं तुझा काय फायदा होणार? ॲडमिरल कंपनीतल्या लोकांना तुमच्याबद्दल खरीखुरी आस्था वाटतेय, ते तुमच्या भविष्यासाठी मनापासून झटत आहेत. रीजन्सी कंपनीत ड्रीम-मॅनेजर आहे?' मला तिचं बोलणं पटलं आणि मी रीजन्सी कंपनीची लठ्ठ पगाराची नोकरी नाकारली.''

सँड्रानं वरील संभाषण नमूद करत मिशेलजवळ मत व्यक्त केलं, ''ड्रीम-मॅनेजर उपक्रमामुळे आपल्याला लोकांची निष्ठा

लाभली आहे; आणि ज्या व्यवसायात कामगारांचा तुटवडा वाढत जातो, तिथे स्पर्धेत टिकाव धरण्यासाठी निष्ठा अत्यंत महत्त्वाची ठरते!''

खर्चाचा आढावा

दिवसाचे आठवडे झाले, आठवड्यांचे महिने झाले आणि महिन्यांमागून महिने गेले. ड्रीम-मॅनेजर्सचा आकडा वाढतच चालला होता. हा उपक्रम सुरू झाल्याच्या चौथ्या वर्षी कंपनीतील कर्मचाऱ्यांची संख्या ६२५वर पोहोचली आणि ॲडमिरल कंपनीनं आधी आठवा आणि मग नववा ड्रीम-मॅनेजर नियुक्त केला.

ह्या गटाच्या एका बैठकीच्या वेळेस, नव्यानं रुजू झालेला ब्रायन नावाचा ड्रीम-मॅनेजर म्हणाला, ''गेल्या रविवारी मी माझ्या कॉलेजमधल्या एका मित्राबरोबर आणि त्याच्या बायकोबरोबर रात्रीचं जेवण घ्यायला गेलो होतो. मी ॲडमिरल कंपनीत रुजू होण्यापूर्वी ज्या बँकेत काम करायचो, तिथंच माझा हा मित्र अजूनही काम करतोय. त्यानं मला प्रश्न विचारला, 'या उपक्रमाला किती खर्च येतो?' मला या प्रश्नाचं उत्तर ठाऊक नव्हतं. कुणी मला सांगू शकेल का? या उपक्रमासाठी आपण किती रक्कम खर्च करतो, हे कुणाला माहीत आहे का?''

सायमन हसला.

ब्रायननं त्याला विचारलं, ''तू का हसतो आहेस?''

सायमन म्हणाला, ''ही संकल्पना सांगण्यासाठी मी जेव्हा पहिल्या वेळेस ग्रेगकडे गेलो, तेव्हा ग्रेगनंसुद्धा मला हाच प्रश्न विचारला होता. ज्या कंपन्यांमध्ये मी सल्लागार म्हणून काम करतो, तिथंसुद्धा हाच प्रश्न मला सर्वप्रथम विचारला जातो. तू तुझ्या मित्राला सांग की तो चुकीचा प्रश्न विचारतोय.''

''मग योग्य प्रश्न कोणता?'' ब्रायननं सायमनला विचारलं.

"प्रारंभी मी ग्रेगला म्हणालो होतो की, या उपक्रमामुळे किती पैसे वाचतील हा योग्य प्रश्न ठरेल. परंतु कालांतरानं मला वाटायला लागलं की या उपक्रमामुळे किती आर्थिक फायदा होईल हा प्रश्नच योग्य ठरेल. आणि आता मला वाटतंय की हा उपक्रम राबवला नाही तर किती तोटा होईल हाच योग्य प्रश्न ठरेल, कारण लोक सोडून गेले की आपल्याला किती खर्च येतो याचं उत्तर आपल्याला ठाऊक आहे अशी आपली समजूत होती. तज्ज्ञ आणि सल्लागार मंडळी आपल्याला सांगत असत की एक कर्मचारी सोडून गेला की त्याच्या वार्षिक वेतनाच्या २५ टक्के ते १०० टक्के खर्च आपल्याला पेलावा लागतो. प्रत्यक्षात त्याहूनही तो खर्च जास्तच असतो हे आपल्या अनुभवाला आलं; परंतु नेमका किती जास्त असतो ते आपल्याला कळलेलं नव्हतं. ब्लिस आणि सहकारी यांनी केलेल्या सर्वेक्षणाचा अहवाल मी गेल्याच आठवड्यात वाचला. त्या अहवालानुसार, एक कर्मचारी सोडून गेला की त्या कर्मचाऱ्याच्या निव्वळ पगाराच्या (Basic Salary) १५० टक्के एवढा खर्च ती जागा भरण्यासाठी येतो."

भारावून जाऊन ब्रायन सायमनकडे बघत राहिला. सायमन पुढे म्हणाला, "तू तुझ्या मित्राला सांग की तो तुला सारे चुकीचे प्रश्न विचारतो आहे. 'ड्रीम-मॅनेजर उपक्रमामुळे कर्मचारी सोडून जाण्याचं जे प्रमाण घटतं, त्यामुळे कंपनीचे किती पैसे वाचतात' हा प्रश्न उचित ठरेल. तुम्ही खर्च केलेला प्रत्येक डॉलर तिप्पट, सहापट किंवा दहापट होऊन तुमच्याकडे परत येणार आहे हे तुम्हाला माहीत असलं, तर तुमच्या व्यवसायाबद्दल आस्था राखणारा अत्यंत कार्यक्षम, उत्साही आणि एकजूट बाळगणारा कर्मचारिवर्ग निर्माण करण्यासाठी तुम्ही किती पैसे खर्च करण्याची तयारी दर्शवता हाच मूळ प्रश्न आहे!"

ब्रायनला सायमनचं म्हणणं मनोमन पटलं. मग सायमन त्याला हसत-हसत म्हणाला, "आणखी एक गोष्ट! तुझ्या मित्राला तुझ्याकडून फुकटात माहिती मिळवायची असेल, तर तू त्याला

सल्लागार म्हणून तुझी नियुक्ती करायला सांग किंवा तुझ्या पसंतीच्या धर्मादाय-संस्थेला देणगी द्यायला सांग!''

अशा हसऱ्या-खेळत्या वातावरणापासून या चमूला फार आनंद मिळत होता.

सायमन पुढे म्हणाला, ''लोकहो! ऐका! येत्या वीस वर्षांत आपल्या देशात कुशल आणि अकुशल कामगार मिळवण्यासाठी चुरशीची स्पर्धा होणार आहे. 'बिझनेस वीक'नं दिलेल्या अहवालानुसार येत्या दहा वर्षांमध्ये उच्च व्यवस्थापनातील २१ टक्के मध्यम-स्तरावरल्या व्यवस्थापनातील २४ टक्के जागा सर्व विभागांतील, सर्व प्रकारच्या व्यवसायांमधल्या सर्व कामांमध्ये रिकाम्या राहणार आहेत. अकुशल कामगारांच्या बाबतीतला तुटवडा अधिक भीषण असणार आहे, हे कठोर सत्य आपण जाणून आहोतच.''

वस्तुत: सायमन सांगत असलेली वस्तुस्थिती अमेरिकेच्या व्यावसायिक-नेतृत्वापुढे सादर होण्याच्या योग्यतेची होती, पण तो एक सफाई कामगार पुरवणाऱ्या कंपनीतील प्रमुख पर्यवेक्षकांच्या बैठकीत आपले मुद्दे विशद करत होता. ''तुमच्यापैकी काही जणांची योग्यता इतकी वाढेल की, ॲडमिरल कंपनीतलं काम तुमच्या ध्येयाच्या मानानं तोकडं वाटायला लागेल. असं घडणं सहज शक्य आहे. परंतु तुम्ही इथे असेपर्यंत खुल्या दिलानं, सचेत वृत्तीनं ड्रीम-मॅनेजर-उपक्रमाबद्दल शिकून घ्या आणि योग्य वेळेस नोकरी बदललीत की, हा उपक्रम नव्या ठिकाणी न्या आणि रुजवा! 'सफाई-कर्मचारी पुरवणारी कंपनी' असा कोता दृष्टिकोन ठेवून ॲडमिरल कंपनीकडे बघू नका! लोकांची स्वप्नं वास्तवात उतरवण्याच्या कामात व्यग्र असलेल्या संस्थेचे आपण सभासद आहोत. आपल्या मूळ हेतूची पूर्तता करणारं आपल्या कंपनीतलं काम हे केवळ एक माध्यम आहे. वरून दिसतं तेवढंच खरं, सत्य नसतं आणि एक गोष्ट विसरू नका : स्वप्नं हेच भविष्यकाळातलं चलनी नाणं असणार आहे!''

अव्यक्त गरज

ड्रीम-मॅनेजर्सच्या समूहाची उलट-तपासणी घेत सायमननं विचारलं, "लोकांना कसली गरज असते?"

एकानं उत्तर दिलं, "समाधान देणाऱ्या कामाची!"

"किंवा?" सायमननं आणखी खोदून विचारलं.

"त्यांचा विकास आणि प्रगती होते आहे, या भावनेची." दुसऱ्या एका ड्रीम-मॅनेजरनं म्हटलं.

"किंवा?" सायमननं पुन्हा विचारलं.

"स्वप्नपूर्तीच्या दिशेनं आपली वाटचाल सुरू आहे या विश्वासाची," तिसऱ्यानं म्हटलं.

"त्यासाठी तुम्ही काय करणं गरजेचं असतं?" सायमननं विचारलं.

"लोकांना आपली स्वप्नं शब्दांत मांडायला मदत करणं." एक उत्तर आलं.

"आणि?" सायमननं पुढला प्रश्न केला.

"स्वप्नपूर्तीसाठीची तत्कालिक, मध्यम-कालावधीची आणि दीर्घ कालावधीची योजना आखण्यास त्यांना मदत करणं."

"ही योजना चांगली आहे किंवा नाही, याची पारख तुम्ही कशी कराल?" सायमननं उलट तपासणी चालूच ठेवली.

"ही योजना कार्यान्वित करणं त्यांच्या आटोक्यातलं असायला हवं, झालेली प्रगती मापता येण्याजोगी ही योजना असायला हवी आणि स्वप्नपूर्तीसाठी थोडे कष्ट पडतील, अशी ही योजना असायला हवी."

"योजना आखणं का गरजेचं असतं?" सायमननं विचारलं.

कुणीच उत्तर दिलं नाही. जास्त काळ इथं ड्रीम-मॅनेजर म्हणून काम करणाऱ्यांना या प्रश्नाचं उत्तर ठाऊक होतं, परंतु नव्या ड्रीम-मॅनेजर्सनी हे उत्तर स्वतःच शोधावं या इच्छेपोटी ते गप्प राहिले.

"तुमच्या जवळची स्वप्नांबद्दलची माहितीपुस्तिका (ड्रीम-मॅन्युअल) उघडा आणि शहात्तरावं पान बघा." सायमन आवाज उंचावून परिणाम साधत म्हणाला. स्वप्नपूर्तीसाठीची कार्यपद्धती कर्मचाऱ्यांना समजावून देण्यासाठी सीन आणि मिशेलनं ही माहितीपुस्तिका तयार केली होती. सायमननं विचारलं, "त्या पानावर काय लिहिलंय?"

त्या सर्वांनी एकमुखानं उत्तर दिलं, "जे योजना आखण्यात अपयशी ठरतात ते अपयशाची योजना आखत असतात."

सायमननं आता पुढचा प्रश्न विचारला, "आपण जे काम करतो, ते कशासाठी करत आहोत?"

नव्यानं रुजू झालेला अॅलेक्स नावाचा ड्रीम-मॅनेजर म्हणाला, "कारण आपण शहाणी माणसं आहोत!" त्याचं बोलणं ऐकून खोलीत हास्याची लाट पसरली.

"चुकीचं उत्तर आहे! पण प्रयत्न केल्याबद्दल धन्यवाद! आपण जे काम करत आहोत, ते कशासाठी करत आहोत?" सायमननं पुन्हा विचारलं.

आता मिशेल रिंगणात उतरली आणि तिनं उत्तर दिलं, "आपण ड्रीम-मॅनेजर म्हणून इतरांना मदत करतोय, कारण माणसं आयुष्याचा प्रदीर्घ काळ नोकरी करण्यात व्यतीत करत असतात. नोकरीतील कामापासून त्यांना आनंद मिळावा किंवा आपली वाटचाल स्वप्नपूर्तीच्या दिशेनं चाललीय, असं त्यांना निदान समाधान तरी लाभावं म्हणून आपण या उपक्रमात भाग घेत आहोत."

स्वप्नांमधली अदृश्य ऊर्जा

प्रसारमाध्यमांपुढं मुलाखती देण्याचा मोह आजवर अॅडमिरल कंपनीतील प्रत्येकानं टाळलेला होता. इतर कोणत्याही कंपनीला ड्रीम-मॅनेजर उपक्रमाचं अनुकरण करावंसं वाटलं, तर त्यांना मदत व्हावी, या हेतूनं त्यांनी आपल्या टिप्पण्या आणि माहिती-पुस्तिका लोकांसाठी खुल्या असलेल्या वेबसाइटवर उपलब्ध करून दिलेल्या

होत्या. त्यानंतर त्यांना एका फोनवर जी विनंती आली, ती डावलणं अशक्य झालं.

सँड्राची बढती वर्षापूर्वीच ड्रीम-मॅनेजर या पदावर करण्यात आली होती आणि तिनं स्टुअर्टची नियुक्ती सायमनचा नवा साहाय्यक म्हणून केली होती. हा फोन स्टुअर्टनं उचलला.

'मला आलेले फोनकॉल्स थोपवून धरा आणि माझ्या कामात व्यत्यय आणू नका,' अशी सूचना सायमननं त्यावेळेस केलेली होती. त्यामुळे स्टुअर्ट सायमनच्या ऑफिसात गेला, तेव्हा त्याला सायमन टेबलावर पाय ठेवून, डोळे मिटून चिंतनमग्न अवस्थेत असलेला दिसला.

"तुमच्या चिंतनात व्यत्यय आणल्याबद्दल माफी मागतोय, पण हा फोन तुम्हाला महत्त्वाचा वाटेल असं मला वाटतंय," स्टुअर्ट सायमनला म्हणाला.

"बहुधा तसं नसणार आहे," डोळेसुद्धा न उघडता सायमननं उत्तर दिलं.

"लॅरी किंग या टी.व्ही. कार्यक्रमाची निर्माती, लिंडा ग्रे फोनवर आहे."

"मग?"

"तुम्ही 'लॅरी किंग शो'मध्ये भाग घ्याल का? असं ती विचारतेय."

सायमननं अजूनही डोळे उघडले नव्हते किंवा टेबलावरून पायसुद्धा खाली घेतले नव्हते. तो म्हणाला, "त्यांना सांग की, त्यांची ही विनंती हा माझा बहुमानच असला, तरी मला ते शक्य होणार नाही."

स्टुअर्ट सायमनच्या तोंडाकडे 'आ' वासून पाहात तिथंच उभा राहिला.

तो खोलीतच आहे याची काही मिनिटांनी जाणीव होऊन, सायमननं त्याला विचारलं, "तू अजूनही माझ्या ऑफिसात कशासाठी थांबला आहेस?"

स्टुअर्टनं आपल्या टेबलापाशी जाऊन फोन उचलला. फोनच्या दुसऱ्या टोकाला असलेल्या व्यक्तीला नकार ऐकायची सवय नव्हती!

दुसऱ्या दिवशी दुपारी स्टुअर्टनं सायमनसाठी आलेला आणखी एक फोन उचलला. यावेळेस प्रत्यक्ष लॅरी किंग फोनवर बोलत होते.

"हा फोन घ्यायला तू नकार देऊ शकत नाहीस. ते अशिष्टपणाचं, उद्धटपणाचं वर्तन ठरेल," स्टुअर्ट सायमनला म्हणाला.

सायमननं फोन उचलून म्हटलं, "हॅलो!"

यापुढे त्या दोघांमध्ये जे संभाषण झालं, त्यात सायमननं लॅरी किंगचा प्रस्ताव धुडकावून लावला, पण लॅरी किंग आपली बाजू पटवून द्यायचा प्रयत्न करत म्हणाला की, सायमनची सुज्ञपणाची संकल्पना आणि त्यानं राबवलेला उपक्रम, यांची त्यानं टी.व्ही. मुलाखतीद्वारा माहिती दिली, तर त्याचा लक्षावधी अमेरिकन्सना फायदा होईल आणि त्यांना प्रेरणा मिळेल.

पुढल्या मंगळवारी सायमन 'लॅरी किंग लाइव्ह' (प्रत्यक्ष मुलाखत; मुलाखतीचं रेकॉर्डिंग नव्हे!) या कार्यक्रमात सहभागी झाला. टेलिव्हिजनच्या इतिहासातली ही दुर्मीळ घटनाच होती, कारण या टी.व्ही. कार्यक्रमात भाग घेणारी व्यक्ती कोणतीही गोष्ट खपवू पाहात नव्हती, तर आपल्या यशस्वी उपक्रमामुळे लोकांना महत्त्वाची वाटत होती. कार्यक्रमाच्या सुरुवातीलाच लॅरी किंगनं सायमनला प्रश्न विचारला, "ड्रीम-मॅनेजर ही संकल्पना तुला सुचली तरी कशी?"

सायमन म्हणाला, "खरं सांगायचं तर, आमच्या कंपनीपुढे एक गंभीर समस्या उभी होती. इतर कंपन्या अशा समस्येवर तात्पुरती मलमपट्टी करत असलेल्या दिसत होत्या आणि ते पाहून माझ्या मनात आलं की, असं करून आपला निभाव लागणार नाही. या समस्येवर काहीतरी वेगळाच जालीम उपाय करणं गरजेचं आहे! आमच्या कर्मचाऱ्यांकडे मी नजर टाकली; ते

अतिशय मरगळलेले, दुःखी-कष्टी दिसले. या लोकांना कशी प्रेरणा देता येईल, यावर मी विचार करायला लागलो. आम्ही सफाई-कर्मचारी पुरवणारी संस्था आहोत, त्यामुळे त्यांच्या कामाबद्दल त्यांच्या मनात उत्साह निर्माण करणं, ही अशक्यप्राय गोष्टच होती. कर्मचाऱ्यांची उमेद वाढवण्यासाठी इतर कंपन्या मधाचं बोट कसं लावतात, कोणती खिरापत वाटतात, हे मी आजमावलं. मग मी माणसाला कोणत्या गोष्टी प्रेरणा देतात याचा पद्धतशीरपणे अभ्यासच केला आणि कोणती गोष्ट लोकांना सर्वांत जास्त प्रेरणा देते – याचं निरीक्षण करायला लागलो. तेव्हा मला जाणीव झाली की, आपली स्वप्नंच आपल्याला प्रेरणा देत असतात.''

हे ऐकून लॅरी किंगची जिज्ञासा जागृत झाली आणि त्यानं विचारलं, ''ते कसं काय?''

''आपली स्वप्नंच आपली मानसिकता घडवत असतात. तुझी स्वप्नं कोणती आहेत हे तू मला सांगितलंस, तर मी तुझ्या मानसिकतेबद्दल अंदाज बांधू शकेन. तुझी स्वप्नं, मला तुझा फक्त आजचाच स्वभाव सांगत नाहीत, तर भविष्यात कशी व्यक्ती बनायची तुझी आकांक्षा आहे, हे सुद्धा तुझी स्वप्नं मला सांगतात.''

ही मुलाखत तासभर सुरू होती आणि त्या तासाभरात देशभरातून आलेल्या फोन्सवरील प्रश्नांना सायमननं उत्तरं दिली.

ड्रीम-मॅनेजर-उपक्रम केवळ व्यावसायिक संस्थांमध्येच उपयुक्त ठरतो, असं नव्हे – वैवाहिक जीवन, पालकत्व, मैत्री, राजकारण, शिक्षण, आयुष्याचं आणि समाजाचं प्रत्येक अंग यासाठी सुद्धा तो अत्यंत उपयुक्त ठरतो, याची अनेक प्रभावी उदाहरणं सायमननं प्रेक्षकांसमोर मांडली.

''इतरांना त्यांच्या स्वप्नांचा पाठपुरावा आणि पूर्तता करायला मदत करणं, हे सर्व नातेसंबंधांचं मूळ कर्तव्य असतं; मग ते नातं पति-पत्नींमधलं असो, पालक-पाल्यामधलं असो किंवा नोकर-मालकामधलं असो!'' त्यानं फोनवरच्या एका प्रश्नाचं उत्तर देताना म्हटलं.

तास संपत आल्यावर लॅरीनं सायमनला प्रश्न विचारला, "आजचा हा कार्यक्रम पाहात असलेल्या एखाद्या उद्योजकाला किंवा व्यवस्थापन-अधिकाऱ्याला तू कोणता संदेश देशील?"

"मी एकच गोष्ट सांगेन – येत्या वीस वर्षांमध्ये अमेरिकेतील उद्योगांपुढली सर्वांत मोठी समस्या असणार आहे, मानवी भांडवलाचा – कुशल, अकुशल कर्मचाऱ्यांचा – तुटवडा! या समस्येकडे डोळेझाक करणं व्यवस्थापनाला महागात पडणार आहे. फुटबॉल-प्रशिक्षकांप्रमाणेच व्यवस्थापन-प्रमुखांनीसुद्धा (CEO's) प्रयत्नपूर्वक शोध घेऊन लायक माणसांना प्रशिक्षण देणं गरजेचं ठरणार आहे. कोणत्याही खेळाडूंच्या संघाचं यश सामन्यात भाग घेणाऱ्या स्पर्धकांच्या गुणवत्तेवरच अवलंबून असतं. तीच गोष्ट धंद्यातही असणार नाही का?"

सद्यःस्थिती

ड्रीम-मॅनेजर-संकल्पनेची कार्यवाही सुरू होऊन पाच वर्षं लोटली आहेत. ॲडमिरल कंपनीतले ९८ टक्केपेक्षा अधिक कर्मचारी ह्या उपक्रमात सहभागी झाले आहेत. आपल्या मालकीची घरं असलेल्या कर्मचाऱ्यांची संख्या, गेल्या पाच वर्षांमध्ये तिपटीनं वाढलेली आहे. उपभोग्य वस्तूंसाठी कर्मचाऱ्यांनी घेतलेल्या कर्जाचा आकडा ४० टक्केनी खाली आला आहे... आणि कर्मचाऱ्यांची २७८५ महत्त्वाची स्वप्नं वास्तवात उतरली आहेत.

या पाच वर्षांच्या कालावधीत, कर्मचाऱ्यांचं नोकरी सोडून जाण्याचं प्रमाण ४०० टक्के वरून १२ टक्के इतकं खाली आलं आहे आणि ॲडमिरल कंपनीनं, कंपनीतच चालू केलेल्या 'नोकरी-शोधा'च्या उपक्रमातर्फेच, या रिकाम्या जागांपैकी ७० टक्के जागा भरल्या जात आहेत. कंपनीचा वार्षिक नफा तिप्पट झाला आहे आणि कर्मचाऱ्यांची संख्या ४०७ वरून ७४३वर गेली आहे; त्यापैकी ११ जण ड्रीम-मॅनेजरचं पद सांभाळत आहेत. ड्रीम-

मॅनेजर-उपक्रम सुरू केल्यापासून प्रत्येक तिमाहीचे नफ्याचे आकडे सतत वाढतच चालले आहेत.

कर्मचारी महिन्यातून एकदा ड्रीम-मॅनेजरची भेट घेऊन, आपल्या स्वत:साठी आणि आपल्या कुटुंबीयांसाठी, समृद्धीच्या आणि विपुलतेच्या भविष्यकाळाची आखणी करत आहेत.

आजकाल, ॲडमिरलमधील कर्मचाऱ्यांच्या सात वर्षांहून मोठ्या वयाच्या मुलांना, महिन्यातून एकदा ड्रीम-मॅनेजरला भेटून आपल्या भविष्याबद्दल, स्वप्नांबद्दल चर्चा करायची सवलत मिळते आहे.

अगदी नव्यानं घेतलेल्या सर्वेक्षणाच्या आधारे ॲडमिरल कंपनीनं निर्णय घेतला आहे की, येत्या वर्षीपासून सात वर्षांहून मोठ्या वयाची, कर्मचाऱ्यांची नातवंडंसुद्धा महिन्यातून एकदा ड्रीम-मॅनेजरला भेटू शकतील.

मोठाली स्वप्नं बघायला, लहान वय ही आडकाठी असूच शकत नाही असं दिसतंय!

ॲडमिरल कंपनीचे कर्मचारी कंपनी सोडून जात नाहीत, यात आश्चर्य ते कोणतं?

कर्मचाऱ्यांसाठी आयोजित केलेल्या वार्षिक भोजन-समारंभाच्या वेळेस ग्रेग आपल्या भाषणात म्हणाला, "आपण ॲडमिरलमध्ये चालू केलेला उपक्रम पाहून इतक्या लोकांना एवढं आश्चर्य का बरं वाटावं? मी स्वत:लाच हा प्रश्न सतत विचारत असतो. लोकांना तुम्ही माणुसकीनं वागवलं, तर ते सुद्धा तुमच्याशी माणुसकीनंच वागतात, हे पाहून सर्वांना इतकं आश्चर्य का वाटतं? स्वप्नं हा प्रत्येकाच्या आयुष्याचा गाभा असतो आणि स्वप्नंच आपली आयुष्याबाबतची उत्कटता तेवती ठेवतात."

तुमचं स्वप्न काय आहे?

कचेरीच्या इमारतीत शिरत असताना सायमनला पॅसेजमध्ये लावलेली एक पाटी दिसली. वर्षभर त्याच जागी असलेल्या ह्या

पाटीवरचे शब्द पुन्हा एकवार वाचायला सायमन थबकला. बरेचदा पाटीवरले शब्द न वाचता सायमन घाईघाईनं पुढे निघून जात असे; कारण हे शब्द त्याला माहीत होते आणि पुढे पडलेल्या कामांचा ढीग त्याला खुणावत असे. परंतु अधून-मधून तो मुद्दाम निग्रहानं पाटीपुढे थांबत असे आणि प्रथमच ते शब्द वाचत असल्याप्रमाणे तो ती पाटी एकाग्रतेने वाचत असे.

त्या पाटीवर शब्द होते : 'तुमचं स्वप्न काय आहे?'

हा प्रश्न विचारात घेण्याजोगा आहे आणि आपल्याला ज्या व्यक्ती महत्त्वाच्या वाटतात, त्यांना हा प्रश्न विचारण्याएवढा वेळ आपण खर्च केलाच पाहिजे.

व्यावसायिक जगतात आपण कधीही विसरता कामा नये की, प्रत्येक व्यवसाय आणि संस्था लोकांमुळेच चालतात. कोणत्याही व्यवहारातील दोन्ही बाजूंना माणसंच असतात. त्यामुळे माणसांच्या गुणवत्तेवरच संस्थांचं यश अवलंबून असतं... आणि ही सगळी माणसं स्वप्नं पाहात असतात. वस्तुत: स्वप्नं पाहता येण्याची क्षमताच मानवाला अन्य प्राण्यांहून वेगळं बनवते!

'तुमच्या कर्मचाऱ्यांच्या स्वप्नांचा तुमच्या व्यवसायाशी काहीएक संबंध नाही' असा युक्तिवाद करण्याचा मोह तुम्हाला पडू शकेल. जर तुमचे कर्मचारी तुमच्या धंद्यासाठी आवश्यकच नसतील, तरच हा युक्तिवाद रास्त ठरेल आणि तसं असेल, तर मग तुम्ही त्यांना नोकरीवर कशासाठी ठेवाल?

बऱ्याच कर्मचाऱ्यांना वाटत असतं की, नोकरीत त्यांची पिळवणूक होतेय. परंतु तुम्ही त्यांचं हित जपण्याचा खराखुरा प्रयत्न करत आहात अशी तुम्ही त्यांची खात्री पटवू शकलात, तर त्यांचं हे मत पालटू लागेल आणि ती प्रक्रिया घडत असताना सहकार्याची आणि निष्ठेची अशी भावना निर्माण होईल की, व्यावसायिक जगतात त्याला तोड नसेल!

तुम्ही लोकांच्या स्वप्नांकडे दुर्लक्ष केलंत, तर ते तुम्हालाच घातक ठरेल. तुमच्या मुलांची, तुमच्या पत्नीची, तुमच्या कर्मचाऱ्यांची,

तुमच्या ग्राहकांची आणि तुमच्या राष्ट्राची स्वप्नं दुर्लक्षिणं तुमच्याच हाती असतं; परंतु तुम्ही तसं केलंत तर त्याची तुम्हाला भरपूर किंमत चुकवावी लागेल!

स्वप्नं डोळ्यांना दिसत नसली, तरी ती अत्यंत शक्तिशाली असतात. क्षणभर विद्युत्प्रवाहाबद्दल विचार करा बरं! तो तुम्हाला दिसत नसतो, परंतु त्याच्या ऊर्जेवर जगातले असंख्य व्यवहार चालू असतात. ती अदृश्य परंतु अत्यंत बलवान अशी शक्ती आहे. विजेच्या शक्तीबद्दल तुमच्या मनात थोडीशीसुद्धा शंका असली, तर विजेच्या सॉकेट्मध्ये बोट घालून पाहा! विजेचा धक्का बसून तुम्हाला ताबडतोब त्यातल्या ऊर्जेची जाणीव होईल. विजेच्या ऊर्जेवरच जगातले असंख्य व्यवहार चालतात हे तुम्हाला पटत नसलं, तर तुमच्या ऑफिसातला विद्युत्प्रवाह उद्या बंद ठेवा! तसं केलंत तर, ऑफिसात काहीही काम होणार नाही आणि बरेचसे कर्मचारी त्या दिवशी घरी निघून जातील.

स्वप्नंसुद्धा तशीच असतात. ती अदृश्य असली तरी अत्यंत प्रभावी असतात. ती तुम्हाला दिसत नसली, तरी स्वप्नांमुळे सारे व्यवहार करत राहण्याची तुम्हाला प्रेरणा मिळत असते!

उपयोजनाच्या प्रारंभाची साधने

ज्ञानासकट प्रत्येक गोष्टीचा सतत हव्यास धरणाऱ्या संस्कृतीत आपण सध्या जगत आहोत.

परंतु केवळ ज्ञानाचा साठा जमा करून आपल्याला आपली ध्येयं गाठता येत नाहीत. मिळवलेल्या ज्ञानाचा उपयोग, आपल्या आयुष्याच्या आणि आपल्या संस्थांच्या विविध बाबींसाठी करून घेता येणं, हे ध्येयपूर्तीसाठी अत्यंत महत्त्वाचं साधन ठरतं.

ज्ञानाचा साठा आणि सुज्ञपणा ह्या भिन्न गोष्टी आहेत. ज्ञानाचा व्यवहारात वापर करता येणं म्हणजे सुज्ञपणा.

'ड्रीम-मॅनेजर' ह्या संकल्पनेचा आणि त्यातील तत्त्वांचा वापर, तुमच्या संघात, संस्थेत आणि आयुष्यात कसा करावा, यासाठीच्या व्यवहार्य सूचना पुस्तकाच्या ह्या विभागात देत आहोत.

मूलभूत सत्य

माझ्या स्वप्नांबद्दल मला मार्गदर्शन करणारे आणि प्रेरणा देणारे अनेक 'ड्रीम-मॅनेजर्स' मला माझ्या आयुष्यात लाभले आहेत. माझे आई-वडील, शिक्षक, गुरू आणि प्रशिक्षक, नोकरीतले वरिष्ठ आणि सहकारी, मित्र आणि कधीमधी तर पूर्णतः अनोळखी व्यक्तींनीसुद्धा माझी स्वप्नं तेवती ठेवण्यासाठी मला साहाय्य केलं आहे. स्वप्नपूर्तीच्या माझ्या वाटचालीत, यातील प्रत्येक जणानं भरपूर हातभार लावला आहे, मला मदत केली आहे आणि मनातील अमूर्त आशा-आकांक्षांचा पाठपुरावा करण्यासाठी उत्तेजन दिलं आहे. परंतु त्याबाबत आता अधिक विचार केला की, त्यातील एका व्यक्तीची कामगिरी प्रकर्षानं जाणवते. ज्यानं सर्वांत पद्धतशीरपणे माझ्या स्वप्नांना जिवंत ठेवलं, असा माझा पहिला ड्रीम-मॅनेजर होता माझा भाऊ – सायमन!

सायमन हा व्यवसायानं वित्तनियोजक (Financial planner) असला, तरी प्रत्यक्षात तो इतर अनेक गोष्टींमध्येसुद्धा निपुण आहे. मला एकंदर सात भाऊ आहेत आणि सायमन माझ्यापेक्षा तेरा वर्षांनी मोठा आहे. मी तेरा-चौदा वर्षांचा होतो, तेव्हा सायमन मला अनेकदा फुटबॉलची मॅच किंवा सिनेमा पाहायला किंवा जेवायला बाहेर घेऊन जायचा. माझ्या व्यक्तिमत्त्वाबद्दल आणि आकांक्षांबद्दल याला आस्था वाटत होती. आम्ही एकत्र बाहेर व्यतीत केलेल्या वेळातच, मी माझ्या आकांक्षांच्या पूर्ततेसाठी योजनांची आखणी केली, असं मला स्मरतंय. सायमननंच मला शिकवलं की, स्वप्नपूर्तीसाठी आर्थिक नियोजन करणं अत्यंत महत्त्वाचं असतं. पैसे वाचवून त्यांची गुंतवणूक योग्य ठिकाणी केली की, ते चक्रवाढ व्याजदरानं वाढत जातात हे त्यानंच मला शिकवलं. वयाच्या बाराव्या वर्षी मला पहिली नोकरी मिळाली, आमच्या गावातल्या एका औषधांच्या दुकानात. वृद्ध ग्राहकांच्या घरी औषधं पोहोचवण्याचं काम मला मिळालं होतं. पहिल्या नोकरीच्या दरम्यानच माझ्या वडिलांनी आणि सायमननं मला बचतीची शिस्त अंगी बाणवण्यासाठी उत्तेजन दिलं. आयुष्यातल्या अनेक स्वप्नांचा पाठपुरावा करण्यासाठी काहीही पैसा खर्च करावा लागत नसतो, ही गोष्ट सायमननं मला शिकवली आणि आयुष्यातल्या साध्या-साध्या, अमूर्त गोष्टी किती मौल्यवान असतात, हे त्यानंच माझ्या निदर्शनाला आणून दिलं.

दशकभरानंतर ड्रीम-मॅनेजर ही संकल्पना जेव्हा आकार घ्यायला लागली, तेव्हा माझ्या ताबडतोब लक्षात आलं की, ज्या गोष्टीची मी अनेक वर्षांपूर्वीच अनुभूती घेतली होती, तीच गोष्ट विकसित होऊन या संकल्पनेत परिवर्तित झाली आहे.

तुम्ही भूतकाळात नजर टाकून तुमच्या आयुष्याचा आढावा घेतलात, तर मला वाटतं तुम्हालासुद्धा कमी-जास्त प्रमाणात ड्रीम-मॅनेजरची भूमिका वठवणारे अनेक लोक आठवतील –

आई-वडील, आजी-आजोबा, प्रशिक्षक, गुरुजन, मित्र, नोकरीतले सहकारी, पर्यवेक्षक, शिक्षक, धर्मगुरू आणि असेच आणखी कितीतरी! बरेचदा ही प्रक्रिया अगदी अजाणता, अनौपचारिक रीतीनं घडली असेल. दरमहा ड्रीम-मॅनेजरला भेटून आपण विशद केलेल्या स्वप्नांच्या पूर्तीसाठीचा पद्धतशीर आराखडा काढणं, कागदोपत्री त्याची नोंद करणं आणि ठरावीक अंतरानं त्याबाबतच्या प्रगतीचा आलेख मापणं अशा औपचारिक पद्धतीनं ही प्रक्रिया घडली नसली, तरी तुमच्या हितेच्छु लोकांनी तुमच्याबद्दल आणि तुमच्या स्वप्नांबाबत दर्शवलेल्या आस्थेचा आणि उत्तेजनाचा दूरगामी परिणाम तुमच्या आयुष्यावर नक्कीच घडलेला असणार!

आपल्याला आपल्या स्वप्नांच्या दिशेनं, आपली वाटचाल चालू ठेवण्यासाठी उद्युक्त करून उत्तेजन देणारे असे लोक आयुष्यात सहजपणे भेटत असतात. 'माझ्या स्वप्नांचा पाठपुरावा मी स्वबळावर करत असतो!' अशी शेखी मिरवणारी अनेक मंडळी असतात. काही अंशी ते खरंदेखील असतं; परंतु आपण आपली ही जबाबदारी नीटपणे पार पाडतोय की नाही, यावर नजर ठेवणारी व्यक्ती गरजेची असते, हे सुद्धा तेवढंच खरं आहे. बरेच लोक स्वप्नपूर्तीसाठीचा आराखडा स्वत:च आखण्यासाठी समर्थ असले, तरी या आराखड्याच्या कार्यवाहीवर कुणाची तरी नजर असणं गरजेचं असतं. आराखड्याची कार्यवाही करताना आपण चुकारपणा किंवा गाफीलपणा करत नाही ना, यावर त्रयस्थ पर्यवेक्षकाची नजर असणं गरजेचं ठरतं, कारण आपण अनेक सबबी सांगून किंवा समर्थनं देऊन स्वत:चीच फसवणूक करून घेणं, हा स्वाभाविक कमकुवतपणा नेहमी घडत असतो.

आपणा सर्वांना एका 'ड्रीम-मॅनेजर'ची गरज असते, हे मूलभूत सत्य आहे!

आणखी एक सत्य

आपल्या आयुष्यात अनेक ठिकाणी आपल्याला इतर अशी माणसं भेटतात की, ज्यांना त्यांच्या स्वप्नपूर्तीच्या दिशेनं वाटचाल करण्यासाठी उत्तेजन देऊन उद्युक्त करणं गरजेचं असतं. आपल्या व्यावसायिक आणि वैयक्तिक आयुष्यात आपल्याला अशी माणसं सतत भेटत असतात. त्यांच्या स्वप्नांना नेमक्या शब्दांत मांडून मूर्तरूप देण्यासाठी आणि त्या स्वप्नांचा पाठपुरावा करण्याची योजना आखण्यासाठी, त्यांना कुणीही मदत केलेली नसते. परिणाम...? स्वप्नपूर्तीच्या दिशेनं त्यांची वाटचालच सुरू झालेली नसते!

अशा लोकांना अनौपचारिक स्तरावर मार्गदर्शन करण्याची, त्यांचा 'ड्रीम-मॅनेजर' बनून त्यांना साहाय्य करण्याची जबाबदारी आपणच पार पाडायची असते. हे आणखी एक सत्य आपण स्वीकारलंच पाहिजे.

तुम्ही बहुराष्ट्रीय कंपनीचे प्रमुख व्यवस्थापक असा, एखाद्या लहान खात्याचे प्रमुख असा, छोट्याशा व्यावसायिक गटाचा एक नवा सदस्य असा किंवा घरी राहणारी माता-गृहिणी असा, दिवसाकाठी अनेकदा तुम्हाला 'ड्रीम-मॅनेजर'ची भूमिका वठवायची असते.

प्रश्न असा आहे : प्रारंभ कोठून करायचा?

पहिलं पाऊल – शुभस्य शीघ्रम्!

आपण पाहात असलेली स्वप्नं म्हणजे अंतर्ज्ञानानं दिलेली दिव्यदृष्टीच! तीच आपलं आयुष्य घडवत असतात. तुमची स्वप्नं कोणती आहेत, याची तुम्हाला जाणीव आहे? तुम्ही स्वप्नं पाहणं थांबवलं आहे? कधीकधी आपण स्वप्नं पाहायचंच थांबवतो. आपल्या व्यावसायिक आणि वैयक्तिक वाटचालीत आपण समस्यांशी झुंजता-झुंजता इतके थकून जातो की,

आपल्याला स्वप्नं पाहण्याएवढी फुरसतच लाभत नाही! आपण स्वप्नं पाहायचं थांबवलं की, आपल्या कामात आपलं मन लागेनासं होतं, विविध नातेसंबंधांबद्दल आपल्याला ओढ वाटेनाशी होते आणि एकूण आयुष्याबद्दलच आपण निरुत्साही बनतो.

'ड्रीम-मॅनेजर' म्हणून काम सुरू करताना तुम्हाला वाटू शकेल, 'त्यात काय अवघड आहे? पुस्तकाबरहुकूम आपण लोकांना स्वप्नांबाबतचं मार्गदर्शन चुटकीसरशी करू शकू!' तुम्ही असं केलंत, तर वाटेतली एक महत्त्वाची पायरी तुम्ही गाळाल.

गेल्या दशकाहून अधिक काळ, मी माझ्या स्वप्नांची नोंद करणारी एक वही ठेवली आहे. ही वही ठेवायची कल्पना माझ्या डोक्यात कशी आली कुणास ठाऊक! १९९०च्या दशकाच्या सुरुवातीला मी सिडनीमधील एका पुस्तकांच्या दुकानात गेलो होतो. तिथे मला खरबरीत, जाडजूड पानं असलेली एक नोंदवही दिसली. ती मी विकत का घेतली याचं मला अजूनही कोडं वाटतं, कारण मी तोपर्यंत कधीही रोजनिशी लिहिलेली नव्हती. काही दिवसांनी मी लंडनच्या विमानात चढलो आणि या नोंदवहीत मी माझी स्वप्नं लिहून ठेवायला सुरुवात केली. ही नोंदवही आता माझी स्वप्नपुस्तिका बनली होती.

तेव्हापासून मी या स्वप्नपुस्तिकेत माझ्या अगणित स्वप्नांची नोंद केलेली आहे. यात मी मोठाले निबंध लिहिलेले नाहीत. बऱ्याचशा पानांवर फक्त एकच शब्द किंवा एकच वाक्य किंवा चित्र आहे. मला जी स्थळं बघायची आहेत, जी वैयक्तिक आणि व्यावसायिक ध्येयं मला पूर्णत्वास न्यायची आहेत, जे सद्गुण मला अंगी बाणवायचे आहेत, जी संतवचनं मला प्रेरणा देतात, जे संदेश मला आदर्श वाटतात, ज्या गोष्टी मला भविष्यात विकत घ्यायची इच्छा आहे, अशा गोष्टींची मासिकांमधून कापून काढलेली चित्रं मी जमा केली आहेत. माझा सहभाग असलेल्या अनेक संस्थांबाबत माझी जी उद्दिष्टं आहेत, जी

साहसं करून पाहण्याची माझी इच्छा आहे, भविष्यकाळासाठी जो वारसा मला मागे ठेवायची इच्छा आहे – अशा विविध गोष्टींची नोंद मी माझ्या या स्वप्नपुस्तिकेत करून ठेवली आहे.

मी जिथे-जिथे जातो, तिथे-तिथे ही स्वप्नपुस्तिका माझी सोबत करते. विमान प्रवास करत असताना, अनेकदा मी ह्या स्वप्नपुस्तिकेवरून नजर फिरवतो आणि माझ्या स्वप्नांबाबत विचार करतो. कधी-कधी रात्री झोपण्यापूर्वी मी त्यातली काही पानं वाचतो. परंतु बरेचदा जिममध्ये व्यायाम करत असताना मी या स्वप्नपुस्तिकेतील माझ्या स्वप्नांची उजळणी करतो. मी ट्रेडमिल किंवा एलिप्टिकलवर व्यायाम करत असताना या स्वप्नपुस्तिकेची पानं उलटून, त्यावर भरभर नजर टाकतो आणि माझ्या प्रत्येक स्वप्नाबाबत विचार करतो. मी एका वेळेस एकाच स्वप्नाबाबत विचार करत असतो. त्यातल्या काही स्वप्नांची पूर्तता मी अनेक वर्षांपूर्वीच केलेली असते आणि प्रथम ते स्वप्न लिहिताना मला ते किती अशक्यप्राय वाटलं होतं हे आठवलं की, मला मजा वाटते. स्वप्नपुस्तिकेतली काही स्वप्नं मला अजूनही धूसर आणि अशक्यच वाटतात. माझी बरीचशी स्वप्नं मी प्रथम या स्वप्नपुस्तिकेत लिहिली, तेव्हा मला ती अशक्यच वाटलेली होती. ज्या स्वप्नांची पूर्तता करण्यात मला यश मिळालंय, ती मला माझ्या अन्य स्वप्नांचा पाठपुरावा करण्यासाठी बळ पुरवतात. ह्या वहीची पानं उलटून त्यात लिहिलेल्या माझ्या एक-एक स्वप्नावर नजर टाकताना माझ्या मनात येतं की, यातलं विवक्षित स्वप्न सत्यात उतरवता आलं, तर मला किती आनंद होईल! ही साधीशी कृती मला स्वप्नांचा पाठपुरावा करायचं जे बळ पुरवते, ते पाहून मी थक्क होतो!

त्यामुळे माझा तुम्हाला सल्ला आहे :

– स्वत:साठी एक स्वप्नपुस्तिका बनवा.

– त्यात तुमच्या स्वप्नांची नोंद करायला प्रारंभ करा.

– विनासंकोच तुमची स्वप्नं त्यात लिहीत चला. स्वप्नं पाहण्यावर मर्यादा घालू नका.
– स्वप्नपुस्तिकेत नवं स्वप्न घातलंत की, त्या दिवसाची तारीख लिहा.
– स्वप्न सत्यात उतरलं की, त्या तारखेचीसुद्धा नोंद करा.

भविष्यकाळात तुम्ही एकेकाळी स्वप्नपुस्तिकेत लिहिलेल्या स्वप्नांचा जेव्हा आढावा घ्याल, तेव्हा तुमच्या लक्षात येईल की, लिहिताना अशक्य कोटीतली वाटणारी स्वप्नंच तुम्ही सहजपणे वास्तवात आणू शकला होता! स्वप्नपूर्तीबाबत तुम्ही किती प्रगती केली आहेत, हे पाहून तुम्ही विस्मयचकित व्हाल.

दहा वर्षांपूर्वी मी माझ्या स्वप्नपुस्तिकेत एका स्वप्नाची नोंद केलेली होती. ते स्वप्न होतं, 'कॅमिनो' ही पाचशे मैलांची वाटचाल पायी करून जाणं. याचा प्रारंभ दक्षिण फ्रान्समधील 'सेंट जीन पाइड द पोर्ट' येथून होतो. तेथून तुम्ही पायरनीजमधून थेट दक्षिणेला मार्गक्रमण करता आणि स्पेनच्या उत्तर भागातून पश्चिमेला सँटिॲगोपर्यंत वाटचाल करता. गेली हजार वर्षे लोक या मार्गानं पायी प्रवास करत आले आहेत. मी प्रथम त्याबद्दल ऐकलं, तेव्हाच मला ती कल्पना मोठी रोचक वाटली होती.

त्यावेळेस मी ताबडतोब या प्रवासाचं स्वप्न, माझ्या स्वप्नपुस्तिकेत नोंदवून टाकलं होतं; परंतु ती नोंद करतानासुद्धा हा प्रवास मी प्रत्यक्षात करणं अवघड आहे, असा विचार माझ्या मनात आलेला मला आठवतोय. त्याबाबत माझ्या मनात असंख्य शंकाकुशंका होत्या : मला त्यासाठी महिन्याची रजा काढणं शक्य होईल का? अनेक लोक महिन्याची रजा कधीही घेत नाहीत. मी महिनाभर अनुपस्थित राहिलो, तर माझी कामं कोण करेल? हे पूर्णतः अव्यवहार्य आहे. ते धोक्याचंसुद्धा आहे. तुम्ही लोकांना सांगणार, 'मी महिन्याच्या रजेवर जातोय!' आणि लोक तुम्हाला विचारणार, 'तू कुठे जातो आहेस?' तुम्ही

सांगणार, 'पायी-पायी भटकंती करायला!' आणि ते तुम्हाला वेड्यात काढणार! स्वप्नपुस्तिकेत या पुस्तकाची नोंद करताना मी क्षणभर कचरलो होतो. त्या स्वप्नाची नोंद करायला मी कां-कूं करत होतो, परंतु शेवटी मी निग्रह केला आणि त्या स्वप्नाची नोंद केली. त्या गोष्टीलासुद्धा अकरा वर्षं होऊन गेली.

दररोज मी माझ्या स्वप्नपुस्तिकेची पानं उलटून माझ्या विविध स्वप्नांवर नजर टाकत गेलो आणि कालांतरानं अशाच इतर स्वप्नांप्रमाणेच 'कॅमिनो'चा प्रवास पायी करणं हे स्वप्नदेखील अशक्य कोटीतलं वाटेनासं झालं. मी तो प्रवास पुढल्या वर्षी करीन असं म्हणता-म्हणता....

...अखेरीस गेल्या वर्षी मी महिन्याची रजा घेतली. मी बॅकपॅक घेऊन विमानानं दक्षिण फ्रान्समध्ये पोहोचलो. बॅकपॅकमध्ये नकाशा, पाण्याची बाटली आणि स्लीपिंग बॅग घेऊन मी पायी प्रवास सुरू केला. कधी मी दिवसाकाठी वीस मैलांचं अंतर पार करत असे, तर कधी पंचवीस मैलांचं. मी नुसता चालायचो. दऱ्या-खोऱ्यांतून, पर्वतमाथ्यांवरून, द्राक्षाच्या मळ्यांमधून, मक्याच्या शेतांमधून, गव्हाच्या उभ्या पिकांतून, धूळभरल्या सपाट टापूतून. दिवसाकाठी दहा, बारा, कधी-कधी चौदा तास मी फक्त चालत राहायचो. सेलफोन नाहीत, ई-मेल्स नाहीत, आयपॉड नाही, कम्प्युटर नाही, टी.व्ही. नाही. आपलं दररोजचं आयुष्य व्यापून टाकणारी एकही गोष्ट नाही!

त्या पुरातन मार्गानं पायी-पायी सँटिॲगोपर्यंत केलेल्या प्रवासाचा अनुभव केवळ अपूर्व होता. पहिल्या दिवशी मी मूकपणे, शांततेची अनुभूती घेत एकतीस मैल चाललो होतो. माझ्या चित्तवृत्ती इतक्या ताज्यातवान्या झाल्या होत्या. विचारप्रवाह इतका स्वच्छ होता. इतक्या नवनवीन कल्पना माझ्या डोक्यात उसळी घेत होत्या की या क्षणी मी प्रवास थांबवून परत गेलो, तरी मी एक नवीच व्यक्ती बनून परत जात असेन, असं मला

वाटलेलं मला स्मरतंय. तीन आठवड्यांनी मी सॅंटिॲगोला पोहोचलो, तेव्हा माझ्या मनात आलं की, हा प्रवास मी इतके दिवस कशासाठी लांबणीवर टाकला?

तुमची स्वप्नं काय आहेत?

पाचशे मैल पायी तुडवणं, ही तुमची साहसाची कल्पना नसेल. काही हरकत नाही. तुमची स्वत:ची अशी खास स्वप्नं असतील. तुम्हाला तुमच्या कल्पनेतली साहसं करायची असतील. आज केव्हातरी तुमच्या दैनिक गलबल्यातून निग्रहानं थोडा वेळ बाजूला काढा आणि तुमच्या स्वप्नांची नोंद करा. एकूण शंभर स्वप्नांची यादी तयार करा. आज हे करणं शक्य होणार नसेल, तर उद्या किंवा परवा थोडा वेळ काढा आणि हे काम करा. तुम्ही हे काम लांबणीवर टाकू लागलात, तर तसं का घडतंय, या प्रश्नाचं उत्तर शोधा.

स्वप्नांची ही यादी अगदी संपूर्ण किंवा उत्कृष्ट नसली तरी चालेल; त्यासाठी सुबक स्वप्नपुस्तिकेची गरज नाही. लिहायला फक्त सुरुवात करा! स्वप्नं पाहताना स्वत:वर बंधनं घालू नका. स्वप्नं पाहून ती लिहिताना, 'काहीही अशक्य नाही!' अशी सकारात्मक मानसिकता असू दे!

या सर्वांचा कर्मचाऱ्यांच्या व्यवस्थापनाशी कोणता संबंध आहे? चैतन्यानं सळसळणाऱ्या संघाची स्थापना करण्याशी याचा काय संबंध आहे? धंदा चालवण्यासाठी याची कोणती गरज आहे? या प्रश्नांची उत्तरं मिळाली की, तुम्ही थक्क व्हाल असं मला वाटतं.

स्वप्नांची यादी करताना, स्वप्नांची बारा विभागांमधून निवड करा, म्हणजे तुमच्या स्वप्नांमध्ये वैविध्य येईल :

शारीरिक
भावनिक

बौद्धिक
आध्यात्मिक
मानसिक
भौतिक
व्यावसायिक
आर्थिक
सर्जनात्मक
साहसपूर्ण
भविष्यासाठीचा वारसा ठेवणारी
नीतिमत्ता वाढवणारी

स्वप्नं पाहण्यासाठी तुम्हाला प्रेरणा देण्याच्या हेतूनं, काही लोकांनी मला विश्वासात घेऊन सांगितलेली स्वप्नं मी येथे नमूद करत आहे. माझ्या सहकाऱ्यांबरोबर मी कंपनीतील व्यावसायिकांसाठी आयोजित केलेल्या शिबिरांच्या वेळेस ही स्वप्नं मी ऐकली होती.

शारीरिक

* तंदुरुस्त दिसणं आणि वाटणं
* दीर्घ अंतराच्या मॅरॅथॉन शर्यतीत भाग घेता येणं
* धूम्रपान सोडून देणं
* वजन घटवणं
* मद्यपानाचं प्रमाण कमी करणं

भावनिक

* माझ्या पत्नीला आणि मुलांना, त्यांची स्वप्नं शोधायला आणि त्यांच्या स्वप्नांची पूर्तता करण्यास, मदत करणं
* स्वतःच्या मालकीचं घर विकत घेणं
* कुणाशीतरी मोलाची भावनिक जवळीक जोडता येणं

* माझ्या पत्नीला इटलीत पर्यटनासाठी नेणं
* इतरांचं बोलणं आस्थापूर्वक ऐकून घेण्याचा प्रामाणिक प्रयत्न करणं

बौद्धिक

* कॉलेज शिक्षणास पुन्हा प्रारंभ करणं
* दुसरी भाषा शिकणं
* अधिक वाचन करणं

आध्यात्मिक

* अधिक आंतरिक समाधान/शांती मिळवणं
* अनिश्चिततेतून आनंद लुटायला शिकणं
* धर्मग्रंथांचा अभ्यास करणं

मानसिक

* माझ्या इच्छाशक्तीत दृढता आणणं
* विमानप्रवासाबद्दलची माझ्या मनातली भीती घालवणं
* माझ्या व्यसनाधीनतेचा सामना करणं

भौतिक

* नवी मोटरगाडी विकत घेणं
* मला असोशीनं हवंसं वाटणारं उत्कृष्ट घड्याळ विकत घेणं
* समुद्रकिनाऱ्यावरची जागा विकत घेणं

व्यावसायिक

* बढती मिळवणं
* बाजारपेठेतील पहिल्या क्रमांकावरली व्यक्ती/कंपनी बनवणं

* अत्यंत गतिशील असा संघ/खातं बनवणं
* नवीन प्रकारच्या उत्पादनवस्तूची निर्मिती करणं
* विक्रीचा दहा कोटी डॉलर्सचा आकडा गाठता येणं

आर्थिक

* क्रेडिट कार्डची उधारी चुकती करणं
* मुलांच्या कॉलेजशिक्षणासाठी वेगळी पुंजी जमा करायला प्रारंभ करणं
* वर्षाला अडीच लाख डॉलर्स कमावणं
* दहा लाख डॉलर्सची गुंतवणूक कंपन्यांच्या शेअर्समध्ये (भाग भांडवलात) करता येणं

सर्जनात्मक

* पुस्तक लिहिणं
* गिटार वाजवायला शिकणं
* चित्रं रंगवण्याचं प्रशिक्षण घेणं
* छायाचित्रण करायला शिकणं

साहस

* चीनमधली प्रचंड भिंत – द ग्रेट वॉल ऑफ चायना – पाहणं
* ऑस्ट्रेलियाची सफर करणं
* 'यू टू' संगीत-जलसा प्रत्यक्ष ऐकणं
* ॲपलेशियन पर्वतातल्या पाऊलवाटेनं प्रवास करणं
* पॅरिसमधलं पिकॅसोचं म्युझियम पाहणं
* स्कायडायव्हिंग करणं
* १४००० फूट उंचीचा पर्वत चढून जाणं

भविष्यासाठीचा वारसा

* माझ्या मुलांमध्ये निरोगी अस्मिता निर्माण करणं
* माझ्या आवडत्या लोकहित संस्थेसाठी स्वयंसेवक म्हणून काम करणं
* माझ्या आवडत्या लोकहित-संस्थेला आर्थिक मदत करणं
* पर्यावरण संतुलित ठेवण्यासाठी वैयक्तिक प्रयत्न करणं

नीतिमत्तेबाबत

* सहनशीलता अंगी बाणवणं
* जी गोष्ट करण्याचं मी कबूल केलं असेल, ती प्रत्यक्षात करणं
* विश्वासार्हतेबद्दल इतरांचा आदर मिळवणं

काही स्वप्नं यातील एकाहून अधिक प्रकारांत मोडू शकतील, हे लक्षात घेतलं पाहिजे. उदाहरणार्थ : क्रेडिट-कार्डची उधारी चुकती करणं हे स्वप्न आर्थिक, मानसिक, भावनिक या तिन्ही प्रकारात मोडतं. वर्षाला अडीच लाख डॉलर्स मिळवणं हे स्वप्न व्यावसायिक तसंच आर्थिक सदरात मोडेल. आपल्या मालकीचं घर घेणं हे आर्थिक सदराखाली येत असलं, तरी त्यात भावनिक भागसुद्धा प्रचंड प्रमाणात असतो. तुमच्या मुलांबरोबर वेळ घालवण्यात भावनिक भाग असतो, त्याचबरोबर भविष्यासाठी वारसा सोडण्याचाही भाग असतो.

तुमच्या कल्पनाशक्तीला प्रेरणा देण्यासाठी ही थोडीशी उदाहरणं दिलेली आहेत. यात तुम्ही आणखी भरसुद्धा घालू शकता. तर मग तुमच्या शंभर स्वप्नांची यादी बनवा. एका बैठकीत ते काम पूर्ण करायचा प्रयत्न करा. कोणतीही गोष्ट अचाट किंवा अफाट आहे, अशा कल्पनेनं वगळू नका. स्वप्नं पाहण्यावर कोणतंही बंधन घालू नका. पाहिलेलं स्वप्न अशक्य कोटीतलं आहे किंवा नाही, हे ठरवायच्या भानगडीत पडूच नका. फक्त मनात आलेली स्वप्नं लिहीत चला....

पुढल्या आठवड्यात दररोज दहा-पंधरा मिनिटं फुरसतीचा वेळ काढा आणि या यादीतली स्वप्नं नुसती वाचा. ती वाचत असताना आणखी इतर काही स्वप्नं स्फुरली, तर त्यांचीसुद्धा त्या यादीत भर टाका. तुम्हाला ही यादी वाचताना कदाचित मनात येईल की, काही स्वप्नं तुमच्या स्वभावधर्माशी विसंगत आहेत किंवा तुम्हाला महत्त्वाची वाटत नाहीयेत. असं वाटलं तर यादीतून ती स्वप्नं खोडून तरी टाका किंवा ती तशीच ठेवून त्याबाबत काही दिवसांनी विचार करा म्हणजे भूतकाळात तुम्हाला काय महत्त्वाचं वाटलं होतं, हे तुम्हाला कळेल.

आणखी एका आठवड्यानंतर पुन्हा एकदा ही स्वप्नांची यादी वाचा आणि तुमच्या स्वप्नांची विभागणी तीन प्रकारांमध्ये करा : अल्पकालीन (वर्षभरात), मध्यमकालीन (एक ते पाच वर्षे), दीर्घकालीन (पाच वर्षे किंवा त्याहून अधिक काळ)

पुढली पायरी आहे एक स्वप्नपुस्तिका विकत आणण्याची. ही शंभरच्या शंभर स्वप्नं ह्या स्वप्नपुस्तिकेत ताबडतोब लिहिलीच पाहिजेत असं नाही; परंतु तशी इच्छा झालीच, तर तसं करायलासुद्धा हरकत नाही. याबाबत काहीही नियम नाहीत. महत्त्वाची गोष्ट आहे स्वप्नं लिहायला सुरुवात करणं आणि अधूनमधून त्यांवर विचार करणं. असं केलंत की, आयुष्याच्या दैनिक झटापटीत तुम्हाला त्यांचा विसर पडणार नाही!

काही काळानं तुम्हाला कदाचित जाणवेल की, तुम्हाला एकाहून अधिक स्वप्नपुस्तिकांची गरज आहे. आज माझ्यापाशी एक वैयक्तिक स्वप्नपुस्तिका आहे, दुसरी व्यावसायिक स्वप्नपुस्तिका आहे. ही मी माझ्या सल्ला देणाऱ्या कंपनीसाठी ठेवलीय आणि तिसरी एक स्वप्नपुस्तिका माझ्या 'ना नफा ना तोटा' तत्त्वावरच्या स्वयंसेवी लोकहित-संस्थेसाठी वेगळी ठेवलीय. कधीकाळी मी विवाह केला, तर माझ्या पत्नीसाठी आणि माझ्यासाठी एकत्रित अशी चौथी स्वप्नपुस्तिका मला ठेवावी लागेल.

तेव्हा आणखी वेळ न दवडता, स्वत:साठी एक स्वप्नपुस्तिका बनवा!

क्रियाशील संघाची उभारणी

संघ उभारणीसंबंधी शेकडो पाठ दिले गेलेत, परंतु त्यातले अनेक पाठ जबरदस्तीने लादल्यासारखे वाटतात आणि बऱ्याचशा पाठांमध्ये भाग घेताना लोकांना अवघडलेपणा जाणवतो. संघउभारणी यशस्वीरित्या करण्यासाठी, संघसदस्यांचं स्वतंत्र व्यक्तित्व जपून त्यांच्यात एकजुटीची भावना निर्माण करता येणं गरजेचं असतं. संघातल्या प्रत्येकाला आपल्या विशेष कुवतीनुसार सामाईक उद्दिष्टांना हातभार लावता आला पाहिजे.

आर्थिक अंदाजपत्रक आणि संस्थेची उद्दिष्टं यावर लक्ष केंद्रित करणं सोपं असतं आणि बरेचदा संघाच्या बैठकींमधली चर्चा याच मुद्यांच्या अनुषंगानं होत असते. आकडेमोडींवर आधारित अशा चर्चांमुळे संघातील सदस्यांना, संस्थेला गतिशील ठेवणाऱ्या मुद्यांची माहिती होते, परंतु ह्या संस्था चालवणाऱ्या लोकांना कसं गतिशील ठेवता येईल, याबद्दल मात्र त्यांना काडीचाही बोध होत नाही.

वर्षातून एकदा नोव्हेंबर महिन्यात अनौपचारिक चर्चेसाठी मी माझ्या सगळ्या कर्मचाऱ्यांना एकत्र आणतो. या चर्चेच्या बैठकीला मी 'स्वप्नांबाबतची वार्षिक बैठक' असं नाव दिलेलं आहे.

माझ्या बारा कर्मचाऱ्यांपैकी प्रत्येकाला मी त्यांच्या शंभर स्वप्नांची यादी आणायला सांगतो. चर्चागृहात – कॉन्फरन्स रूममध्ये – बसून आम्ही एका वेळेस प्रत्येकाचं एक-एक स्वप्न ऐकतो. इतर कर्मचारी, प्रत्येक स्वप्न ऐकल्यानंतर त्यावरचं त्यांचं मत देतात, अंतर्ज्ञानानं जाणवलेल्या गोष्टी व्यक्त करतात आणि उत्तेजन देतात. या गोष्टींमुळे हे स्वप्न सत्यात कसं

उतरवावं, याबद्दलची योजना संघटनात्मक पद्धतीनं आखली जाते.

ही प्रक्रिया चालू असताना, आम्ही प्रत्येक स्वप्नाच्या पूर्ततेसाठी कालमर्यादा घालून देतो – येत्या वर्षभरात एक ते पाच वर्षांमध्ये पाच वर्षं किंवा त्याहून अधिक काळ अशा वेगवेगळ्या कालमर्यादा त्या-त्या स्वप्नानुरूप घालून दिल्या जातात. प्रत्येक सदस्य आपापल्या स्वप्नाबाबत गेल्या वर्षभरात कोणती प्रगती झालीय, याची माहितीसुद्धा देतो. वाटेत आलेल्या अडचणी आणि मिळवलेलं यश या माहितीची देवघेव होते. साध्य केलेली उद्दिष्टं आणि आलेलं अपयश या दोन्ही गोष्टी मोकळ्या मनानं एकमेकांना सांगितल्या जातात.

नव्यानं रुजू झालेले कर्मचारी बरेचदा कबूल करतात की, आयुष्यात प्रथमच त्यांनी आपली स्वप्नं शब्दांमध्ये कागदावर उतरवली आहेत. इतर कर्मचारी जेव्हा आपापली स्वप्नं इतरांना सांगत असतात, तेव्हा बरेचदा नव्यानं रुजू झालेले, हे कर्मचारी आपल्या लेखण्या घेऊन त्यांच्या स्वप्नपुस्तिकेत नव्या स्वप्नांच्या नोंदी करताना दिसतात.

स्वप्नांबद्दल वाटणारी उत्कटता संसर्गजन्य असते. आपल्या संघांना अशा उत्कटतेची लागण होणं, अतिशय गरजेचं असतं. त्यांच्या वैयक्तिक स्वप्नांबद्दल त्यांच्या मनात उत्कटतेची भावना जागृत झाली की, तोच उत्साह त्यांना संस्थेच्या उद्दिष्टांबद्दलसुद्धा वाटू लागेल.

लोकांची स्वप्नं ऐकली की आपण थक्क होतो. माझ्या काही कर्मचाऱ्यांची स्वप्नं त्या मानानं साधी-सरळ आहेत. त्यामुळे ती कागदावर मांडली की ती नजीकच्या काळात साध्य होणं सहजशक्य असतं. ही स्वप्नं वास्तवात उतरवायला फारसं नियोजन किंवा तयारी करणं गरजेचं नसतं. प्रश्न असतो केवळ त्यांना अग्रक्रम देण्याचा, पण काहींची स्वप्नं अधिक गुंतागुंतीची आणि गहन असतात. ती वास्तवात उतरवण्यासाठी काळजीपूर्वक

योजना आखून जागरूकतेनं योजनांची कार्यवाही करणं गरजेचं असतं.

गेली अनेक वर्षे मी लोकांची स्वप्नं ऐकत आलो आहे. माझ्या काही कर्मचाऱ्यांची स्वप्नं ऐकून मी आश्चर्यचकित झालो आहे. यातील काही कर्मचारी माझ्याकडे अनेक वर्षे काम करत आहेत; तरीसुद्धा त्यांची स्वप्नं मला थक्क करतात.

प्रत्यक्ष स्वप्नांच्या चर्चेपेक्षा त्यानंतरच्या काळात जे आपसूक घडतं, ते मला विस्मयचकित करतं. मी त्यांना एकमेकांशी आपल्या स्वप्नांबाबत चर्चा करताना ऐकतो. एखाद्या विशिष्ट स्वप्नाबाबत किती प्रगती झालीय असा प्रश्न ते विचारतात, त्या स्वप्नाची पूर्तता करण्यासाठी एकमेकांना उत्तेजन देतात. लहान-मोठी मदत करून ते एकमेकांना स्वप्नपूर्तीसाठी मदत करायला लागतात. ही एकजुटीची भावना मग त्यांच्या व्यावसायिक कामातसुद्धा दिसू लागते आणि हे कर्मचारी एकजुटीनं काम करणारा संघ बनतात.

मी स्वत:सुद्धा त्यांच्या स्वप्नात रस घ्यायला लागतो. कर्मचाऱ्यांची कामाबद्दलची मीटिंग चालू असते; आम्ही एखाद्या प्रकल्पावर काम करत असतो आणि अचानक माझ्या मनात येतं, 'ह्याच्या अमुक स्वप्नाला वास्तवात उतरवण्यासाठी मी कुठली मदत देऊ शकेन का?' किंवा 'हिच्या स्वप्नांपैकी कोणती स्वप्नं यावर्षी सत्यात उतरवायला माझी मदत होऊ शकेल?'

गमतीची गोष्ट म्हणजे मला वाटणारी ही इच्छा जगावेगळी आहे, असं मला अजिबात वाटत नाही. ती एक नैसर्गिक प्रवृत्तीच आहे. आजूबाजूच्या लोकांची स्वप्नं आपल्याला कळली की, त्यांची पूर्तता करायला मदत करावीशी वाटणं, ही नकळत घडणारी गोष्ट असते. इतरांना स्वप्नपूर्तीसाठी मदत करता आली की, लाभणारं समाधान अपूर्व असतं.

ह्या स्वाभाविक प्रक्रियेचा खरंतर धंद्याशी कोणताही प्रत्यक्ष

संबंध नसतो, परंतु तरीसुद्धा या साध्याशा आस्थेमुळे व्यवस्थापकाची भूमिका बजावणाऱ्यात बदल घडतो, कर्मचाऱ्यांमध्ये बदल घडतो आणि आम्हा साऱ्यांचा एक एकजुटीनं काम करणारा संघ तयार होतो. एकमेकांच्या स्वप्नपूर्तीसाठी आस्थेनं केलेल्या मदतीमुळे जी जवळीक निर्माण होते, ती असाधारण गतिशीलता असलेला सुसंघटित गट निर्माण करते. जानेवारी महिन्यात मी कर्मचाऱ्यांच्या गुणवत्तेचा आढावा घेत असतो. त्यावेळेस प्रत्येकानं आपली शंभर स्वप्नांची यादी घेऊन यावं, असं मी त्यांना सांगतो. या चर्चेच्या वेळेस मी माझ्या कर्मचाऱ्यांबरोबर त्यांच्या स्वप्नांबाबतसुद्धा चर्चा करतो. त्या चर्चेच्या वेळेस त्यांच्या स्वप्नांच्या यादीतलं एखादं विशिष्ट स्वप्न मी बाजूला काढतो आणि ते स्वप्न येत्या वर्षात फलद्रुप व्हावं, यासाठी मदत करण्याची तयारी दर्शवतो. कधीकधी ते एखादं साधंसच स्वप्न असतं, तर कधीकधी ते वास्तवात उतरवण्यासाठी खूप संयोजन आवश्यक असतं.

बेथनी हॉकिन्स ही माझ्या इव्हेंट-कोऑर्डिनेटर्सपैकी एक जण आहे. दरवर्षी अमेरिकाभर मी शंभर वेगवेगळ्या ठिकाणी जात असतो; त्याची सारी व्यवस्था बेथनी पाहात असते. ती ही जबाबदारी उत्कृष्टरित्या पार पाडते. आमच्या कामाबद्दल तिला समर्पितता, निष्ठा आणि उत्कटता वाटत असते. आपल्या कामाचा दर्जा सतत सुधारत राहावा याबद्दल ती दक्ष असते. आमचे प्रवासातले दिवस दगदगीचे असतात. आमच्यावर कामाचा ताण असतो आणि आम्ही नित्य नव्या आव्हानांना सामोरं जात असतो. त्यामुळे आम्ही प्रवास करत नसतो, तेव्हा आलेला थकवा दूर करून अंगी नवा हुरूप आणण्याचा प्रयत्न आम्ही कसोशीनं करत असतो.

गेल्या वर्षी तिच्या स्वप्नांबाबत चर्चा करत असताना बेथनीनं सांगितलं की, तिला एखाद्या शाळेत मुलांना वाचायला शिकवण्याचं मानद काम करण्याची इच्छा आहे. महिन्याभरात आम्ही तिला

दर गुरुवारी सकाळी काही तासांची सुट्टी देऊ केली आणि आमच्या ऑफिसजवळच्याच एका शाळेत स्वयंसेवक म्हणून शिकवण्याचं काम तिला मिळवून दिलं. तिच्या स्वप्नांच्या यादीतल्या ह्या स्वप्नाची पूर्तता होऊ शकली आहे... आणि इतर नव्याण्णव स्वप्नांचा पाठपुरावा करायला ती आता मोकळी झाली आहे. दर गुरुवारी तिचं स्वप्न जगण्यासाठी ती काही तास ऑफिसबाहेर असते; परंतु तिचं स्वप्न तिला जगता येत असल्यामुळे उरलेल्या वेळातलं तिचं काम अधिक दर्जेदार व्हायला लागलंय.

आपल्या स्वप्नांचा पाठपुरावा जोमानं करणाऱ्या कर्मचाऱ्यांचा संघ मला हवाय; कारण त्यांच्या स्वत:च्या आयुष्याबद्दलच त्यांना जोम वाटत नसेल, तर त्यांना आपल्या कामाबद्दल जोम वाटणं शक्य तरी आहे का?

सारा मॅक्क्लुअर हे आणखी एक उदाहरण आहे. ती पंचवीस वर्षांची आहे, अत्यंत कार्यक्षम आहे आणि 'कोणतीही गोष्ट अशक्य कोटीतली नसते,' अशी तिची सकारात्मक मानसिकता आहे. आमच्या ऑफिसातली सगळी जनसंपर्काची कामं ती सांभाळते. आमच्या कर्मचाऱ्यांची स्वप्नांबाबतची गेल्या वेळेस चर्चा झाली, तेव्हा तिच्या स्वप्नांच्या यादीतलं एक स्वप्न मला ठळकपणे खुणावायला लागलं. ते स्वप्न होतं, युरोपमध्ये महिनाभर सुट्टीसाठी जाणं. याआधीच्या उन्हाळ्यात मी नेमकं तेच केलेलं असल्यामुळे तिला हे स्वप्न वास्तवात उतरवायला होईल, तेवढी मदत करण्याचा मी निश्चय केला.

मी सगळ्या कर्मचाऱ्यांना एकत्र केलं आणि साराचं हे स्वप्न शक्य तेवढ्या लवकर वास्तवात कसं उतरवता येईल आणि त्याबाबत आपण कोणती मदत करू शकू; यावर विचार करून सल्ला-सूचना देण्याची मी त्यांना विनंती केली. एका आठवड्यानं हे कर्मचारी माझ्याकडे योजनेचा आराखडा घेऊन आले. सारा या सफरीसाठी पैसे शिल्लक टाकते आहे आणि त्यासाठीची आर्थिक

तरतूद तिनं केलेली आहे, हे साराशी जवळीक असलेल्या कर्मचाऱ्यांना ठाऊक होतं. आमच्या कर्मचाऱ्यांच्या प्रवासाच्या कामाकडे पाहणाऱ्या, ब्रिजितनं सुचवलं की प्रवासी-कंपन्यांशी असलेले आमचे घनिष्ट संबंध वापरून आम्ही साराला स्वस्तात विमानतिकिट मिळवून द्यावं. बेथनं सुचवलं की, साराला काही दिवसांची पगारी रजा मिळेल आणि उरलेले दिवस आपण तिला बिनपगारी रजा देऊ शकू. वॉल्टरनं सुचवलं की, आपण तिला जुलै महिन्यात रजा द्यावी, कारण तेव्हा आपल्या कंपनीवर कामाचा फारसा बोजा नसतो.

"फारच छान! ती रजेवर जाईल, तेव्हा तिच्या कामाकडे कोण पाहील?" मी विचारलं. साराच्या जबाबदाऱ्यांची आणि कामांची त्यांनी यादी केलेली होती आणि ती सगळी कामं त्यांनी आपसात वाटून घेतली होती. तो कागद त्यांनी माझ्यापुढे ठेवला आणि तिच्या महिनाभराच्या अनुपस्थितीत तिचं काम सांभाळण्याची तयारी दर्शवली.

स्वप्नांबाबतची तिची पहिल्या चर्चेची बैठक झाल्यावर वर्षभराच्या आतच आणि आमच्या संघात सामील झाल्याला वर्ष उलटता-उलटता, सारानं युरोपमध्ये महिन्याची सुट्टी घालवली. तिला तो अनुभव अपूर्व वाटला. नोकरीतल्या तिच्या सहकाऱ्यांबद्दल तिच्या मनात कोणत्या भावना असतील असं तुम्हाला वाटतं? ती काम करत असलेल्या संस्थेबद्दल तिच्या कोणत्या भावना असतील?

स्वप्नं शब्दांत मांडणं, त्यांचा पाठपुरावा करणं आणि ती सत्यात उतरवणं याची असंख्य उदाहरणं मी तुम्हाला देऊ शकेन – कुणाला नवं घड्याळ हवंसं वाटत होतं तर कुणाला नवी मोटरगाडी घ्यायची होती, कुणाला मालकीचं घर हवं होतं, तर आणखी कुणाला पत्नी आणि मुलांबरोबर जवळीक साधायची होती! त्यांची स्वप्नं शब्दात मांडायला आणि ती वास्तवात उतरवायला सहकाऱ्यांनी मदत केल्यामुळे या लोकांची उमेद

अनेकपटींनी वाढली; त्यांची वैयक्तिक आणि व्यावसायिक आयुष्यातली ऊर्जा खूपच वाढली आणि असे लोक एकत्र आल्यामुळे सहकार्यानं काम करणारा संघटित सहकारी वर्ग निर्माण झाला.

त्यामागची कारणं अगदी सोपी-सरळ आहेत. पहिली गोष्ट म्हणजे, आपल्या सहकाऱ्यांची स्वप्नं आपल्याला ठाऊक झाली की, ती वास्तवात उतरवायला मदत करण्याची आपल्याला ओढ वाटायला लागते. अशी मदत करताना आपली त्यांच्यात भावनिक गुंतवणूक होते – सहकार्याच्या भावनेचं हे मूलतत्त्व आहे.

दुसरी गोष्ट म्हणजे स्वप्नांचा पाठपुरावा करताना जी ऊर्जा लाभते, त्याची बरोबरी इतर कशानंही होत नसते. ही ऊर्जा आणि उत्कटता केवळ आपल्या वैयक्तिक आयुष्यापुरती सीमित राहात नाही; ती आपल्या व्यावसायिक आयुष्यातसुद्धा प्रवाहित होते. आपल्या ठायीची ऊर्जा आणि उत्कटता आपलं सगळं आयुष्य व्यापून टाकते. लोक जेव्हा आपल्या वैयक्तिक स्वप्नांचा पाठपुरावा करत असतात, तेव्हा निर्माण होणारी सकारात्मकता आणि ऊर्जा त्यांच्या व्यावसायिक आयुष्यालासुद्धा चैतन्य पुरवते.

आणि तिसरी गोष्ट म्हणजे इतर कुणाच्या स्वप्नपूर्तीला आपण जेव्हा हातभार लावतो, तेव्हा आपली स्वत:चीच स्वप्नं फलद्रुप झाल्यासारखं समाधान आपण अनुभवतो. आपल्या स्वप्नपूर्तीसाठी झटणाऱ्यांबद्दल आपल्या मनात प्रचंड कृतज्ञता उफाळून येते. एकमेकांबद्दलची अशी कृतज्ञता वाढली की, सहकारी एकमेकांना कोणतीही मदत द्यायला उत्सुक असतात. त्यांच्यातली सहकार्याची भावना वाढते.

संस्थेत काम करणाऱ्या लोकांची मानसिकता बदलली की ती संस्थासुद्धा बदलते. *तुमच्या कर्मचाऱ्यांना त्यांच्या वैयक्तिक स्वप्नांचा पाठपुरावा करायला उत्तेजन दिलंत, तर कामाशी*

संबंधित उद्दिष्टांचा पाठपुरावा करायला ते अधिक सक्षम बनतील. स्वप्नांना वास्तवात उतरवण्याची सवय लागणं गरजेचं असतं.

'फॉर्च्युन ५००'मध्ये नोंद झालेल्या प्रचंड मोठ्या कंपन्यांसाठी मी सल्लागाराचं काम केलंय, तसंच कौटुंबिक मालकीच्या छोट्या कंपन्यांसाठीसुद्धा मी सल्लागाराचं काम केलंय, फुटबॉल-संघ, ना-नफा ना तोटा तत्त्वावर चालणाऱ्या लोकहित-संस्था, व्यापारी-संघटना, महाविद्यालयं अशा विविध संस्थांसाठीही मी सल्लागाराचं काम केलंय. स्वप्नांच्या बैठकीच्या उपक्रमामुळे ज्यांना प्रचंड फायदा झाला नाही, असा संघ मला अजूनही दिसलेला नाही!

वैश्विक उपयुक्तता

मी जेव्हा 'ड्रीम-मॅनेजर-उपक्रमा'बद्दल लोकांना सांगायला प्रारंभ केला, तेव्हा काही जण म्हणाले की, तो फक्त अकुशल कामगारांसाठीच उपयुक्त ठरेल; इतर काहींनी मत व्यक्त केलं की, कंपनीतील सर्वोत्कृष्ट लोकच त्यापासून लाभ मिळवू शकतील आणि काहींना खात्री वाटत होती की, व्यावसायिक जग अशा 'कर्मचारी-विकास उपक्रमाला' कधीही मान्यता देणार नाही. मला सांगायला आनंद वाटतोय की, अशी नकारघंटा वाजवणाऱ्या सर्वांचा अंदाज सपशेल चुकलेला आहे.

ड्रीम-मॅनेजर संकल्पना कोणत्याही जनसमूहाला उपयुक्तच ठरेल. कारण प्रत्येकाला स्वप्नं असतात आणि त्या स्वप्नांचा पाठपुरावा करताना जी प्रचंड ऊर्जा निर्माण होत असते, त्याची बरोबरी इतर कशानंही होत नसते.

यापलीकडला विचार केला, तर एक सत्य उमगेल : स्वप्नं वास्तवात उतरवताना तुमच्या मनातल्या भीतीशी दोन हात करण्याचं आव्हान तुम्हाला पेलावं लागतं. कोणताही संघ, ड्रीम-मॅनेजर-उपक्रमात सामील होतो, तेव्हा ही गोष्ट स्पष्टपणे जाणवते.

सुरुवातीला लोकांची स्वप्नं दोन प्रकारात मोडतात :

१. पूर्ततेसाठी सोपी आणि आवाक्यातली

२. अशक्य कोटीतली वाटणारी आणि कोणतीही कालमर्यादा घालून न देता येण्याजोगी.

ही दोन्ही प्रकारची स्वप्नं सोपीच असतात, कारण त्यांचा ताण पडत नसतो आणि दडपण येत नसतं.

कालांतरानं मात्र लोक त्यांच्या काही स्वप्नांची पूर्तता करू शकतात. असं झालं की त्यांचा आत्मविश्वास वाढतो आणि पूर्तता झालेली स्वप्नं आणि अशक्यप्राय वाटणारी स्वप्नं यांना सांधणाऱ्या मध्यम कोटीतल्या स्वप्नांकडे लोक गांभीर्यानं पाहायला लागतात. कितीही सोपं किंवा क्षुल्लक वाटणारं स्वप्नं वास्तवात उतरवता आलं की, लोकांचं त्याबाबतचं कौशल्यसुद्धा वाढत जातं. स्वप्नं शब्दांत मांडणं, त्यांचा पाठपुरावा करणं आणि ती वास्तवात उतरवणं यात लोक तरबेज व्हायला लागतात. व्यावसायिक आयुष्यात उभा जन्म वेचूनही ही कौशल्यं आत्मसात करता येत नाहीत. अधिक महत्त्वाची गोष्ट म्हणजे काही स्वप्नांची पूर्तता करता आली की, आणखी स्वप्नं वास्तवात उतरवण्याची लोकांची महत्त्वाकांक्षा वाढीला लागते!

डोळ्यांपुढे उद्दिष्टं ठेवणं आणि त्यासाठी धोरणात्मक योजना आखणं, यांचं तुमच्या कर्मचाऱ्यांना प्रशिक्षण द्यायचं असेल, तर त्यांना वैयक्तिक स्वप्नांचा पाठपुरावा करून ती वास्तवात उतरवायला उद्युक्त करा. हे करताना त्यांच्या ठायी जे कौशल्य निर्माण होईल, त्याचा त्यांच्या व्यावसायिक आयुष्यातसुद्धा उपयोग होईल. आपल्यापुढल्या ध्येयांचा आणि स्वप्नांचा पाठपुरावा करण्याच्या भुकेचं, सहज शमन होत नसतं. एका स्वप्नाची पूर्तता झाली की, पुढचं स्वप्नं खुणावायला लागतं. आपली परिस्थिती सतत सुधारत राहावी, अशी ओढ वाटायला लागते. ही सारी उफाळती ऊर्जा व्यावसायिक आयुष्युद्धा व्यापून टाकते. असं घडलं की, त्या संघाचा आणि पर्यायानं तुमच्या संस्थेचा दर्जासुद्धा उंचावत राहतो.

'स्वप्नांच्या माध्यमातून व्यवस्थापन करणं' ही संकल्पना प्रत्येक संस्थेसाठी आणि आपल्या वैयक्तिक आयुष्यासाठी अनेक प्रकारे उपयुक्त ठरते. या संकल्पनेच्या विविध उपयोगांची थोडीशी झलक दाखवत आहोत.

वित्तनियोजक (फायनॅन्शिअल प्लॅनर्स)

आपल्या व्यवसायात या संकल्पनेचा चपखल वापर फायनॅन्शिअल प्लॅनर्सएवढा (वित्तनियोजकांएवढा) इतर कुणालाही करता येणार नाही. तुमच्या ग्राहकांच्या स्वप्नांवरून तुम्हाला त्यांचं आयुष्याबद्दलचं आणि पैशांबद्दलचं तत्त्वज्ञान माहीत करून घेता येतं. त्यामुळे त्यांची स्वप्नं पूर्ततेला नेता येतील, अशा प्रकारे तुम्ही त्यांच्या पैशांचं योग्य प्रकारे नियोजन करू शकता. तुमच्या ग्राहकांची स्वप्नं तुम्हाला ठाऊक असली की, तुम्ही तुमच्या ग्राहकांना त्यासाठी अधिक बचत करण्यासाठी आणि ती बचत योग्य ठिकाणी गुंतवण्यासाठी उद्युक्त करू शकता.

बऱ्याचशा स्वप्नांच्या पूर्ततेसाठी पैसे आवश्यक असतात. तुमचं स्वप्न नवी मोटरगाडी घेण्याचं असो, लवकर सेवानिवृत्ती घेण्याचं असो किंवा आपल्या आवडीच्या कामासाठी जास्त वेळ खर्च करण्याचं असो! हे स्वप्न वास्तवात उतरवायचं असेल, तर अर्थनियोजन करणं अत्यावश्यक असतं. आणखी एक मुद्दा विचारात घेणं आवश्यक आहे : बऱ्याच लोकांची समजूत असते की त्यांची स्वप्नं वास्तवात उतरवण्यासाठी केवळ पैशाची आवश्यकता असते. असं असेल तर, स्वप्नपूर्तीसाठी तुमच्या वित्तनियोजन-सल्लागाराएवढी मदत दुसरं कोण करू शकेल?

तुम्ही वित्तनियोजक असाल, तर तुमच्या ग्राहकांना त्यांच्या स्वप्नांची यादी करायला सांगणं उपयुक्त ठरेल. त्यामुळे तुमच्या ग्राहकाची विचारसरणी,त्याची स्वप्नं तुम्हाला माहीत होतील

आणि त्याच्या भविष्यकालीन भरभराटीबद्दल तुम्हाला आस्था वाटतेय, हे सुद्धा सिद्ध होईल. तुम्ही तुमच्या ग्राहकाला त्याच्या स्वप्नांबाबत बोलतं केलंत, तर त्याच्याशी तुम्हाला अल्पकाळात जी जवळीक साधता येईल, त्याला तोड नसेल!

तुमच्या ग्राहकानं त्याच्या स्वप्नांची यादी केली की, त्यातली काही महत्त्वाची स्वप्नं निवडून, त्यांच्या पूर्ततेच्या दृष्टीनं तुम्ही योजना आखू शकाल. निवृत्तीनंतरची जीवनशैली हा ठळकपणे दिसणारा एक महत्त्वाचा मुद्दा असतो; परंतु अल्प काळात साध्य करण्याजोगी इतरही लहान-मोठी स्वप्नं असू शकतात आणि त्यांची पूर्तता करून कृतार्थता अनुभवायची असेल, तर त्यासाठी काळजीपूर्वक योजना आखणं गरजेचं असतं. तुमच्या ग्राहकाची स्वप्नं कोणतीही असोत, आपल्या स्वप्नांची त्यांना एकदा स्पष्टपणे जाणीव झाली की, वित्तनियोजनाची शिस्त त्यांच्या अंगी बाणवून देणं तुम्हाला सोपं पडेल.

पैसे साठवण्यामागे एकच स्तुत्य हेतू असू शकतो : तो म्हणजे स्वप्नपूर्तीसाठी पैसे जमा करणं. पीटर थॉर्नहिल हा गुंतवणुकीबाबतची धोरणं आखून देणारा, ऑस्ट्रेलियातला तज्ज्ञ आहे. त्यानं 'मोटिव्हेटेड मनी' (उद्दिष्टं धरणारा पैसा) नावाचं पुस्तक लिहिलं आहे. या पुस्तकात तो वाचकांना आठवणक करून देतोय : 'डोळ्यांपुढे स्वप्नपूर्तीचं उद्दिष्ट नसताना पैसा जमा करत जाणं, अर्थहीन आहे. खरं तर, ते एक प्रकारचं पापच आहे.' बरेचसे अमेरिकन लोक आज त्यांच्या कमाईपेक्षा अधिक पैसा खर्च करत आहेत. त्यामुळे कर्जाच्या चिखलात ते जास्तजास्तच रुतत चालले आहेत. सर्व अमेरिकन लोकांच्या एकत्रित बचतीचा हिशोब केला तर, मिळवत असलेल्या प्रत्येक डॉलरमागे एक पेनीपेक्षाही (एक शतांश डॉलर) त्यांची बचत कमी असते. लोक इतकी कमी बचत का करत असावेत? मला वाटतंय की, त्यामागे आपल्या स्वप्नांची जाणीव नसणं हेच कारण असावं. स्वप्नांची स्पष्ट जाणीव नसेल, तर पैशांची

बचत करण्याचं प्रयोजनच उमगणार नाही.

'ड्रीम-मॅनेजर-संकल्पने'ची तत्त्वं, तुम्हाला वित्तनियोजन व्यवसायात उत्क्रांती घडवण्यासाठीची आयुधं पुरवतील. आजच त्या दृष्टीनं पावलं उचलू लागा!

प्रशिक्षण

शिक्षक, प्रशिक्षक, समुपदेशक, गुरू आणि अर्थातच आई-वडील, हे सारे जण विविध प्रकारे – 'ड्रीम-मॅनेजर'ची भूमिका बजावत असतात. तरुणांच्या आयुष्यात त्यांची भूमिका असते तरुणांना आपल्या ठायीच्या विशेष अशा कौशल्यांची जाणीव करून देणं, त्यांना त्यांच्या आशा-आकांक्षा अधोरेखित करायला मदत करणं आणि समाजाला, मानवतेला उपयुक्त ठरेल अशा रीतीनं या आकांक्षांचा पाठपुरावा करण्याबाबत त्यांना मार्गदर्शन पुरवणं.

त्यांना कोणत्यातरी व्यवसायात ढकलण्याची आपल्याला प्रचंड घाई असते; त्यापूर्वी त्यांची बलस्थानं शोधायला आपण त्यांना वेळ दिलेला नसतो किंवा मदतही केलेली नसते. त्यांच्या व्यक्तिमत्त्वाची त्यांना खरीखुरी जाणीव होण्यापूर्वीच आपण त्यांच्यावर विविध माहितीचा आणि आकड्यांचा भडिमार करत असतो, त्यामुळे त्यांनी पुरेसा विचार न करता निवडलेल्या व्यवसायात त्यांचं मन लागत नाही आणि ते असमाधानी बनतात. कामातून आणि आयुष्यातून त्यांचं मनच उडून जातं.

तुम्ही लहान असताना या बारा गोष्टींबाबत तुम्हाला माहिती करून देण्याची कुणी तसदी घेतली असती, तर आजचं तुमचं आयुष्य किती वेगळं घडलं असतं, याचा विचार करा. ह्या बारा गोष्टी आहेत : शारीरिक, भावनिक, बौद्धिक, आध्यात्मिक, मानसिक, भौतिक, व्यावसायिक, आर्थिक, सर्जनात्मक, साहसात्मक आणि भविष्यकालीन वारसा स्वरूपाच्या आणि

नीतिमत्ता घडवणाऱ्या. जर कुणी तुम्हाला या सर्व बाबींबद्दल सोदाहरण समुपदेशन केलं असतं; तुमची बलस्थानं आणि कमकुवतपणा ओळखायला तुम्हाला साहाय्य केलं असतं; तुम्हाला कोणत्या गोष्टीत गम्य वाटतं आणि कशाबद्दल उत्कट ओढ वाटते, हे ओळखायला मदत केली असती आणि तुमच्यात चैतन्य निर्माण करणाऱ्या लोकांबाबत, स्थानांबाबत आणि गोष्टींबाबत तुम्हाला जाणीव करून दिली असती तर, आज तुमचं आयुष्य किती वेगळं असतं बरं? विचार करा!

तुम्हाला उच्चमाध्यमिक शाळेत किंवा महाविद्यालयात 'ड्रीम-मॅनेजर' लाभला असता, तर तुमचं आयुष्य किती वेगळं झालं असतं बरं?

या गोष्टी ओळखण्यासाठी तरुणाईला आपण साहाय्य केलं, तर भविष्यकाळासाठी आपण अगदी वेगळ्या कार्यक्षमतेचे कर्मचारी घडवू शकू. हे कर्मचारी मनापासून काम करणारे, अतिशय कार्यक्षम, अत्यंत जबाबदारीनं काम करणारे, स्वतःचं व्यक्तित्व जाणणारे, अंतर्ज्ञान असलेले आणि स्वयंप्रेरित असे असतील. तुमच्या कंपनीतले निदान काही कर्मचारी असे असावेत, असं तुम्हाला वाटत असेल ना?

प्रत्येक तरुण व्यक्तीला एक 'ड्रीम-मॅनेजर' मिळालाच पाहिजे!

फास्ट फूड

हॅंबर्गर बनवणाऱ्यांबाबतचे सांस्कृतिक विनोद गेली अनेक दशकं प्रचलित आहेत आणि या व्यवसायातील कर्मचाऱ्याएवढा निरुत्साही कर्मचारी इतर कोणत्याही व्यवसायात शोधूनही सापडणार नाही. या व्यवसायात माणसं टिकवून धरता न येणं म्हणजे दिवाळं वाजणं, असंच समीकरण आहे!

या अशा 'फास्टफूड'च्या व्यवसायात ड्रीम-मॅनेजर उपयुक्त ठरू शकेल? या व्यवसायातल्या लोकांना मनापासून काम

करायला शिकवणं शक्य आहे?

माझा भाऊ बर्नार्ड यानं शालेय शिक्षण पूर्ण केलं, तेव्हा त्याला फारसे चांगले गुण मिळालेले नव्हते. त्याच्या शेवटच्या पेपरपूर्वी आठवडाभर त्यानं मला विचारलं होतं की, त्यानं यापुढे काय करावं. मी त्याला सुचवलं होतं की, त्यानं 'मॅकडोनल्ड्स'मध्ये काम करून पाहावं. मॅकडोनल्ड्सच्या व्यवस्थापन प्रशिक्षण कार्यक्रमात तयार झालेले एक-दोन कर्मचारी माझ्या ओळखीचे होते. त्यांना मिळालेलं प्रशिक्षण पाहून मी प्रभावित झालो होतो. बर्नार्ड हा शालेय अभ्यासक्रमात फारसा चमकलेला नसला तरी त्याला अंत:प्रेरणेनं गोष्टी उमगतात, त्याला जनसंपर्काची नैसर्गिक देणगी आहे आणि त्याची स्मरणशक्ती उत्तम आहे, हे मला ठाऊक होतं. जिथे जनसंपर्क आणि पद्धतशीरपणे काम करणं या दोन्ही गोष्टी महत्त्वाच्या ठरतात, अशा व्यवसायात बर्नार्ड उत्तमप्रकारे काम करेल असा मला विश्वास वाटत होता.

मॅकडोनल्ड्सचा व्यवस्थापन-प्रशिक्षण-उपक्रम बर्नार्डनं इतक्या अल्प काळात पूर्ण केला की, यापूर्वी कुणीच तसं करू शकलं नव्हतं. तो ऑस्ट्रेलियातील दुकानांच्या समूहातला सर्वांत अल्पवयीन व्यवस्थापक होता. वर्षाला पाच लाख डॉलर्सपेक्षा अधिक तोट्यात चालणारं एक दुकान त्यानं चालवायला घेतलं आणि वर्षाच्या आतच त्या दुकानाद्वारे दोन लाख डॉलर्सचा नफा मिळवून दिला. वर्षाच्या आतच, तो सिडनीतील सर्वांत मोठ्या मॅकडोनल्ड्सचा, सर्वांत लहान वयाचा व्यवथापक बनला. चोवीस वर्षांचा होण्यापूर्वीच एक लक्ष डॉलर्स किमतीचे शेअर्स तो विकत घेऊ शकला. सिडनीच्या मध्यवर्ती भागातल्या मॅकडोनल्ड्सच्या अनेक दुकानांचा सल्लागार म्हणून तो सध्या काम करतो आहे.

आज त्याचं वय सत्तावीस वर्षांचं आहे आणि मॅकडोनल्ड्सबद्दल त्याच्यापेक्षा अधिक उत्कट आस्था वाटत असलेला माणूस

शोधूनही सापडणार नाही. मॅकडोनल्ड्सच्या इतिहासाबद्दल अगदी बारीकसारीक तपशीलसुद्धा तो तुम्हाला सांगू शकेल.

त्याला मॅकडोनल्ड्सचं व्यवस्थापनाबाबतचं धोरण पूर्णपणे माहीत आहे. इतर कुणाहीपेक्षा, तो स्वत:कडून आणि कर्मचाऱ्यांकडून अधिक चांगल्या कामाच्या दर्जाची अपेक्षा धरत असतो. त्याबाबत तो स्वत: क्वचितच निराश होतो किंवा इतरांनाही क्वचितच निराश करतो.

जगभरातील फास्ट-फूड व्यवसायात अगदी निम्न वेतनावरल्या कर्मचाऱ्यांना टिकवून धरण्यासाठी, जिवाचा आटापिटा करणाऱ्या हजारो व्यवस्थापक स्त्री-पुरुषांमध्ये आणि बर्नार्डमध्ये कोणता फरक आहे? बर्नार्ड त्याच्या कर्मचाऱ्यांमध्ये मनापासून रस घेतो. त्याला दिवसभर गप्पागोष्टी करत असायला वेळ नसला, तरी अधूनमधून तो काही क्षण वेळ काढून त्याच्या कर्मचाऱ्यांबद्दल आणि त्यांच्या स्वप्नांबद्दल जाणून घ्यायचा प्रामाणिक प्रयत्न करतो. ह्या कर्मचाऱ्यांना कायमचं टिकवून धरता येईल, अशी वेडी आशा तो अजिबात बाळगत नाही; त्यामुळे तो त्यांच्याशी त्यांच्या आयुष्याबद्दल आणि त्यांच्या भविष्याबद्दल मनमोकळी चर्चा करतो. एखाद्या पुस्तकाची काही पानं त्यांना त्यादृष्ट्या उपयुक्त ठरतील, असं वाटलं तर, तो त्या पानांच्या झेरॉक्स प्रती त्यांना देत असतो. तो लोकांना उत्तेजन देतो, स्वप्नपूर्तीसाठी त्यांना प्रोत्साहित करून प्रेरणा देतो आणि त्याच्या या प्रयत्नांना ते प्रतिसाद देतात. कारण त्यामागची त्याची कळकळ त्यांना जाणवते आणि आजवर त्यांच्याबाबत एवढी आस्था इतर कुणीही दाखवलेली नसते.

जेव्हाजेव्हा मध्यवर्ती-व्यवस्थापन बर्नार्डवर एखाद्या मॅकडोनल्ड्सच्या दुकानाची जबाबदारी सोपवायचं, तेव्हा-तेव्हा हटकून ते दुकान डबघाईला आलेलं असायचं आणि त्यातून ते वर काढण्याची आवश्यकता निर्माण झालेली असायची. ते त्यालाच तिथे पाठवत असत. कारण तो ते काम यशस्वीरित्या

पार पाडेल, असा त्यांना विश्वास वाटत असे. डोळ्यांपुढे नेमकी ध्येयं आणि उद्दिष्टं ठेवून बर्नार्ड त्याजागी पोहोचायचा. तो संघातील प्रत्येक व्यक्तीला – दुकानातील साहाय्यक व्यवस्थापकापासून ते थेट झाडून-पुसून घेणाऱ्यापर्यंत प्रत्येकाला – त्याची उद्दिष्टं समजावून द्यायचा. तो या साऱ्यांना ह्या उद्दिष्टांची वारंवार आठवण करून द्यायचा आणि सामाजिक ध्येयाच्या पूर्ततेसाठी त्यांना प्रोत्साहन देऊन त्यांच्यात एकजुटीची भावना निर्माण करायचा.

"तुमच्यापुढलं उद्दिष्ट तुम्ही नीटपणे पार पाडू शकलात, तर तुमचा आत्मसन्मान वाढेल आणि तुम्ही आयुष्यातून अधिक आनंद लुटू लागाल." त्याच्या संघातील एकाला तो सांगत असताना मी ऐकलं. ह्या मंत्राचा तो नेहमी जप करत असे.

मॅकडोनल्ड्ससाठी काम करत असलेल्यांची अनेक जण खिल्ली उडवत असतात. त्यांना अशी खिल्ली उडवताना मी ऐकलं की मला हसू येतं. कारण मी आयुष्यात अनेक माणसं पाहिली असली, तरी बर्नार्डएवढा उत्कट समर्पिततेनं काम करणारा किंवा कठोर परिश्रमातून आणि मिळवलेल्या यशातून समाधान लुटणारा माणूस मला अद्याप दिसलेला नाही.

त्याच्या वागण्याच्या पद्धतीमुळे सहकार्यानं काम करणारा संघ निर्माण होतो, वातावरणात चैतन्य येतं; अशा संघाला अपूर्व यश खेचून आणता येतं आणि फारच थोडे लोक नोकऱ्या सोडून इतरत्र जातात!

'फास्ट फूड' व्यवसायाला नोकऱ्या सोडून जाणाऱ्या कर्मचाऱ्यांइतकीच हानी नोकऱ्या न सोडता निरुत्साहानं रडत-खडत काम करणारे कर्मचारी पोहोचवत असतात. हॅंबर्गर बनवण्याची नोकरी करता-करता, स्वप्नपूर्ती करणं कसं शक्य आहे हे त्यांना एकदा दाखवून द्या आणि या व्यवसायात कधीही न दिसणारी निष्ठा ते दाखवतात की नाही, हे स्वतःच आजमावून पाहा!

वित्तनियोजन, शिक्षण, 'फास्ट-फूड,' ही केवळ मूठभर

उदाहरणं झाली. याखेरीज अनेक अन्य व्यवसायांत 'ड्रीम-मॅनेजर' संकल्पना उत्क्रांती घडवून आणू शकेल. आरोग्यसेवा, बँका आणि असंख्य अशाच अन्य व्यवसायांत ही संकल्पना कशी उपयुक्त ठरू शकेल, यावर मी अनेक पुस्तकं आनंदानं लिहीन. ही संकल्पना असंख्य ठिकाणी उपयुक्त ठरू शकेल. अनेक व्यवसायांमधील असंख्य कंपन्यांमध्ये ही संकल्पना यशस्वीरित्या राबवता येईल.

कंपनीत हा उपक्रम असणं आवश्यक नाही

हे पुस्तक वाचताना तुमच्या मनात कदाचित विचार येईल, 'मला असा उपक्रम हवासा वाटतोय, पण माझ्या कंपनीचं व्यवस्थापन त्याला तयार होणार नाही!' किंवा तुमच्या मनात येईल, 'माझ्या कंपनीत असा उपक्रम सुरू झाला तर किती छान होईल! पण मी व्यवस्थापक नाही! मी साधासुधा कर्मचारी आहे! त्यामुळे हा निर्णय घेणं माझ्या हातात नाही.'

तुमच्या कंपनीनं असा उपक्रम सुरू केला नसला किंवा तसा करायची कंपनीची इच्छा नसली, तर तुम्ही स्वतःच असा उपक्रम सुरू करू शकाल. कर्मचाऱ्यांचा लहानसा गट तयार करा. आठहून अधिक माणसं एकत्र आणू नका. या गटानं आठवड्यातून एकदा एकत्र जमावं. कामाला सुरुवात करण्यापूर्वी किंवा जेवणाच्या सुट्टीत हे लोक एकत्र जमू शकतील. एकमेकांच्या स्वप्नांबद्दल या लोकांनी एकमेकांना सांगत आपापल्या स्वप्नांची यादी बनवावी. त्या स्वप्नांची पूर्तता करण्यासाठी योजना आखून कालमर्यादा निश्चित करावी. वाटल्यास या उपक्रमाचा छत्तीस टप्प्यांचा कार्यक्रम वापरात आणावा. एकमेकांना उत्तेजन द्यावं. योजनांची कार्यवाही होतेय की नाही, याबाबत एकमेकांना जाब विचारावेत. तज्ज्ञांचा (आर्थिक, कायद्यासंबंधी, आरोग्याबाबत, आहारविषयक...) सल्ला गरजेचा असेल, तेव्हा बाहेरून तसा सल्ला मिळवावा.

लवकरच इतर कर्मचारीसुद्धा या गटात सामील होण्याची इच्छा दर्शवतील. तसं झालं तर तुमच्या आठ जणांच्या गटाचे चार-चार लोकांचे असे दोन भाग पाडा आणि प्रत्येक भागात बाहेरचे आणखी चौघे सामावून घ्या. नवी स्वप्नं घेऊन सामील झालेले नवे लोक आपल्या विचारांना नवी दिशा देतील आणि स्वप्नपूर्तीच्या दिशेनं होणाऱ्या आपल्या प्रवासाला जोम मिळवून देतील.

नेटानं ही साधीशी प्रक्रिया केलीत तरी तुमचं आयुष्य आणि तुमच्या सहकाऱ्याचं आयुष्य इतकं बदलून जाईल की तुम्ही ते पाहून थक्कच व्हाल! आत्ताच प्रारंभ करा. त्यासाठी तुम्ही व्यवस्थापकपदावर असण्याची गरज नाही. तुम्हाला गरज आहे स्वप्नं पाहणाऱ्या फक्त एक-दोन लोकांची!

निष्ठेचा नवा प्रकार

अनेक जण म्हणतात की, व्यावसायिक जगतात निष्ठा औषधालादेखील शिल्लक राहिलेली नाही. मला हे मत अजिबात पटत नाही! निवृत्तीवेतन आणि अन्य फायदे पदरात पाडून घेण्यासाठी पूर्वी लोक एकाच नोकरीला चिकटून राहात असत. या वृत्तीला कुणी 'निष्ठा हे नाव दिलं असलं, तर तशी निष्ठा आजकाल दिसत नाही आणि नोकर-मालक या दोघांच्या दृष्टीनं ही चांगलीच गोष्ट म्हटली पाहिजे! अशा प्रकारची निष्ठा लोकांच्या आणि संस्थांच्या दृष्टीनं तेव्हासुद्धा घातकच होती आणि आताही ती घातकच ठरेल. परंतु माझं ठाम मत आहे की, व्यावसायिक जगतानं, नव्या प्रकारची निष्ठा निर्माण करायला कसून झटणं अत्यंत गरजेचं आहे.

ह्या नव्या प्रकारची निष्ठा 'मूल्य वाढवणं' (value addition) या तत्त्वावर अधिष्ठित असेल. संस्थेची सुसंपन्नता वाढवणं, हे जसं कर्मचाऱ्याचं परम कर्तव्य ठरतं, त्याचप्रमाणे

कर्मचाऱ्यांचं आयुष्य समृद्ध बनवणं, ही संस्थेची जबाबदारी ठरते. सर्व कर्मचारी आणि संस्था यातील हा महत्त्वाचा अलिखित करार असतो.

धंद्याचं मोल वाढवणं, यात एक अविभाज्य आर्थिक भाग असतो. नोकरीसाठी इच्छुक उमेदवार जेव्हा संस्थेत मुलाखतीसाठी येतो, तेव्हा त्यानं आत्मविश्वासपूर्वक म्हणणं गरजेचं असतं की, त्याच्या सेवेमुळे त्याच्या पगाराच्या तिप्पट... पाचपट... सातपट एवढी संस्थेची आमदनी वाढेल. कर्मचाऱ्यांमुळे संस्थेची भरभराट होण्याचा हा एक मार्ग असतो. व्यावसायिक जगतात 'मोल वाढवणं' याचाच अर्थ असतो आमदनी वाढवणं किंवा आमदनी वाढवण्यासाठी इतर कुणाला तरी साहाय्य करणं.

काही महिन्यांपूर्वी एका कंपनीत प्रमुख वक्ता म्हणून मी भाषण केलं होतं. भाषणानंतर कंपनीच्या अध्यक्षानं मला एका बाजूला नेऊन म्हटलं, "भाषणाद्वारे कंपनीचं मोल वाढवल्याबद्दल मी तुमचा आभारी आहे. तुमच्या भाषणामुळे आमच्या कर्मचाऱ्यांना कंपनीचा विकास घडवण्याची प्रेरणा मिळेल, अशी मला खात्री वाटतेय." त्याचे शब्द ऐकून मला एक नवाच बोध झाला. माझ्या भाषणानंतर बरेचदा लोक म्हणतात, "फारच उत्कृष्ट भाषण झालं!" ह्या अध्यक्षाचं बोलणं ऐकून मला नवीन जाणीव झाली की, कंपन्या मला केवळ लोकांना कार्यप्रवण करण्यासाठी, त्यांना प्रेरणा देण्यासाठी किंवा त्यांचं मनोरंजन करण्यासाठी बोलावत नसतात. या साऱ्या गोष्टी करायचा मी प्रयत्न करीत असतोच; परंतु मला बोलवण्यामागे कंपन्यांचा हेतू असतो कंपनीचं मोल वाढवणं. कंपनी आणि कर्मचारी या दोहोंना अधिक समृद्ध बनवणं. या हेतूनंच कंपन्या माझी भाषणं आयोजित करत असतात आणि माझ्या भाषणामुळे हा हेतू साध्य झाला नाही, तर भविष्यात ते मला पुन्हा बोलावणारही नाहीत.

अशी नव्या जातकुळीची निष्ठा गरजेची आहे आणि तशी

निष्ठा मिळवणं शक्य सुद्धा आहे. त्यासाठी आपण आपल्या अपेक्षा बदलणं गरजेचं आहे. जो कर्मचारी कंपनीच्या मूल्यात भर टाकू शकत नाही आणि कंपनीची गुणवत्ता वाढवू शकत नाही; अशा कर्मचाऱ्याला कंपनी नोकरीवर ठेवणार नाही. अशा कर्मचाऱ्याला नोकरीवर ठेवण्यात तोटा आहे हे साधं आणि स्पष्ट गणित आहे. त्याचबरोबर कंपनीसुद्धा जर कर्मचाऱ्याकडून कर्मचाऱ्याची वैयक्तिक अधोगती घडवणाऱ्या मागण्या करत असली, तर कंपनीलासुद्धा त्या कर्मचाऱ्याकडून निष्ठा लाभणार नाही.

जर कंपनी आणि कर्मचारी हे दोघंही एकमेकांची गुणवत्ता वाढवण्याचं समान उद्दिष्ट ठेवत असली, तरच नव्या प्रकारच्या निष्ठेची शक्यता उद्भवते. काही जण ह्या तर्कशास्त्राकडे नाक मुरडून पाहात म्हणतील, 'वास्तवाला धरून बोला की!' अशांनी फॉर्च्यूनच्या सर्वोत्कृष्ट कंपन्यांच्या यादीवर नजर टाकावी. या कंपन्या नोकरीच्या दृष्टीनं उत्कृष्ट कंपन्या आहेत, अशी त्यांची ख्याती आहे. या कंपन्या प्रयत्नपूर्वक सर्वसाधारण कंपन्यांहून बरा नफासुद्धा मिळवत आहेत. परंतु त्यांच्या उद्दिष्टांच्या यादीवर तुम्ही नजर टाकलीत, तर प्रत्यक्ष किंवा अप्रत्यक्षपणे कर्मचाऱ्यांची गुणवत्ता वाढवण्यासाठी अशा कंपन्या अनेक धोरणं राबवत आहेत, असं तुम्हाला आढळेल. ह्या कंपन्यांना विश्वास वाटत असतो की, त्यांनी कर्मचाऱ्यांची गुणवत्ता वाढवण्याचा प्रामाणिक प्रयत्न केला, तर कंपनीची गुणवत्ता आपसूकच वाढेल.

अशा कंपन्यांमधून एक फेरफटका मारा. तुम्हाला नव्या प्रकारची निष्ठा निर्माण झालेली आढळेल. आपण आपल्या कर्मचाऱ्यांच्या वैयक्तिक आकांक्षा पूर्ण करायला मदत केली, तर ते आपल्या कंपनीपुढली ध्येयं साध्य करायला मनापासून मदत करतील, हे ह्या कंपन्या पूर्णपणे ओळखून असतात. कर्मचारी आणि कंपन्यांचं व्यवस्थापन ह्या दोघांनाही जाणीव असते की, कंपनी सुरू राहण्यासाठी कंपनीनं नफा मिळवणं

अत्यावश्यक आहे आणि त्या दृष्टीनं उभयपक्षी प्रयत्न सुरू असतात.

ह्या नव्या प्रकारची व्यावसायिक निष्ठाच अत्यंत प्रगत आणि एकजूट असलेली सांघिक शक्ती निर्माण करू शकते. गेली शेकडो वर्षे कंपन्यांमध्ये 'आम्ही विरुद्ध ते' (नोकर विरुद्ध मालक) अशी वैरभावाची जी भावना फोफावली आहे, त्याचं समूळ उच्चाटन करून, त्याजागी एकजुटीची चैतन्यमय क्रियाशीलता रुजवणं अतिशय गरजेचं आहे. जेव्हा कर्मचारी आणि व्यवस्थापक या दोघांचीही खात्री पटेल की, दोन्ही बाजू एकमेकांचं हित जपण्याचा प्रामाणिक प्रयत्न करत आहेत, तेव्हाच अशा पातळीवरलं एकजुटीचं सहकार्य शक्य होऊ शकेल.

कंपनी आणि कर्मचारी यांची ध्येयं पूर्णत: भिन्न असली तर कालांतरानं दोघेही आपापल्या ध्येयपूर्तीकडे वळतात. हे करताना त्यांनी परस्परांना मदत केली नाही, तर हळूहळू कर्मचाऱ्यांचं कामावरचं चित्त उडायला लागतं आणि संस्थेला त्याची भरपूर किंमत मोजावी लागते.

जेव्हा कंपनीतली संस्कृती कर्मचाऱ्याच्या ध्येयाच्या आड येते – (म्हणजे कर्मचाऱ्याची गुणवत्ता वाढवण्याच्या आड येते.) तेव्हा कर्मचारीसुद्धा जाणूनबुजून किंवा अजाणता कंपनीच्या ध्येयांना आणि उद्दिष्टांना विरोध करायला लागतात. यामुळे कंपनी आपली ध्येयं आणि उद्दिष्टं साध्य करायला (आपली गुणवत्ता वाढवायला.) असमर्थ ठरते. कर्मचाऱ्यांची वैयक्तिक ध्येयं आणि कंपन्यांची उद्दिष्टं यांचा परस्पर संबंध अविभाज्य असतो.

कंपनीची उद्दिष्टं साध्य करून घेण्यासाठी कर्मचाऱ्यांना कार्यरत करणं, हे व्यवस्थापकाचं काम असतं. पूर्वी यासाठी व्यवस्थापन दंडेलशाहीचा प्रयोग किंवा मधाचं बोट लावून, लालूच दाखवून काम करून घेत असे. स्वप्नांच्या माध्यमातून

कर्मचाऱ्याला किती उत्कृष्ट प्रकारे कार्यप्रवण करता येतं, याचा शोध आणि त्यातून बोध घेण्याची वेळ आली आहे!

एकविसाव्या शतकातला व्यवस्थापक

लोकांचं व्यवस्थापन करणं, हे आजच्याएवढं कधीच अवघड काम होऊन बसलेलं नव्हतं. तुम्ही महाव्यवस्थापक असा, लहानशा खात्याचे प्रमुख असा किंवा पालक असा – व्यवस्थापन हे बिकट काम आहे. आजच्या असंख्य शक्यता आणि विविध प्रकारच्या संधी लक्षात घेता स्वत:चं व्यवस्थापन हे सुद्धा अत्यंत गहन आणि कठीण काम होऊन बसलंय. यातून स्वच्छ दिशा कशी उमगेल? याचं एकच उत्तर आहे : आपली वैयक्तिक ध्येयं आणि आपल्या संस्थेपुढली ध्येयं यांचं सखोल आणि परिपूर्ण आकलन झालं, तरच आपल्याला दिशा उमगेल.

संस्थेची गुणवत्ता वाढवणं, हे आधुनिक व्यवस्थापकाचं आद्य कर्तव्य असतं. व्यवस्थापकाचं पूर्वीपासून हेच उद्दिष्ट होतं आणि अजूनही त्यात बदल घडलेला नाही. बदल फक्त एकाच बाबतीत घडलाय. आधुनिक जगातला व्यवस्थापक जाणून असतो की, जेव्हा कर्मचारी आपली वैयक्तिक गुणवत्ता वाढवण्याचा कसोशीनं प्रयत्न करत असतील, तेव्हाच अशा कर्मचाऱ्यांचा संघ कंपनीची गुणवत्ता वाढवण्याचं काम पार पाडू शकेल.

कंपनीचा विकास करता-करता त्याबरोबरच कर्मचाऱ्यांचा वैयक्तिक आणि व्यावसायिक विकास घडवायला जे व्यवस्थापक मदत करू शकतात, तेच प्रभावशाली आणि कार्यक्षम नेतृत्व पुरवू शकतात.

कंपनीचा विकास करणारा व्यवस्थापक, जर कर्मचाऱ्याच्या वैयक्तिक विकासाच्या आड यायला लागला, तर त्यामुळे तो कर्मचारी आणि कंपनी या दोघांचाही तोटा होईल. त्याप्रमाणेच कर्मचाऱ्याला त्याच्या वैयक्तिक ध्येयपूर्तीला केलेली मदत जर

कंपनीच्या विकासाला अडसर घालत असली, तरीसुद्धा कंपनी आणि कर्मचारी ह्या दोघांचाही तोटाच होईल. कर्मचारी आणि कंपनी या दोघांनी आपली उद्दिष्टं साधताना, एकमेकांचं हित जपायला हवं. दोघांनीही एकमेकांची गुणवत्ता समप्रमाणात वाढवून देण्यासाठी प्रयत्न करायला हवेत.

वर-वर पाहता कर्मचाऱ्यांच्या विकासासाठी, परंतु प्रत्यक्षात कंपनीची उद्दिष्टं साध्य करण्याचा अंतस्थ हेतू ठेवून, गेली अनेक दशकं कंपन्या विविध उपक्रमांसाठी कोट्यवधी डॉलर्स खर्च करत आल्या आहेत. या उपक्रमांकडे कर्मचाऱ्यांनी उपहासानं पाहिलं आणि त्यातून फारसं निष्पन्न झालं नाही, तर त्यात आश्चर्य वाटण्याजोगं काय आहे? त्याप्रमाणेच कर्मचाऱ्यांचा वैयक्तिक विकास घडवण्यासाठी जे उपक्रम सुचवले जातात, त्याकडे व्यवस्थापनसुद्धा संशयानेच पाहतं. कारण 'त्यातून कंपनीचा काय फायदा होणार' असा त्यांना प्रश्न पडलेला असतो.

या सर्व बाबींमध्ये आपल्याला एका धक्कादायक सत्याचा विसर पडलेला आहे : तुम्ही तुमच्या कर्मचाऱ्यांना त्यांच्या वैयक्तिक वित्तनियोजनासाठी मार्गदर्शन करून शहाणं केलंत, तर ते कंपनीच्या पैशांचं व्यवस्थापनसुद्धा अधिक नीटपणे करू शकतील आणि ते काम करत असताना पैशांच्या वैयक्तिक चिंतांमुळे त्यांचं चित्त विचलित होणार नाही. तुम्ही तुमच्या कर्मचाऱ्यांना आरोग्यदायी जीवनशैली स्वीकारायला मदत केलीत, तर कंपनीचा आरोग्य-विम्यावरला खर्च वाचेल आणि कर्मचाऱ्यांचं स्वास्थ्य सुधारल्यामुळे ते अधिक कार्यक्षम बनतील. उदाहरणं असंख्य आहेत.

नियम क्रमांक १: *जी गोष्ट तुमचे कर्मचारी स्वत:साठीच करत नाहीत, ती गोष्ट ते कंपनीसाठी करतील ही अपेक्षा ठेवणं चुकीचं आहे.*

जो हिशोबनीस (अकाउंटंट) स्वत:च्या पैशांचंच नीटपणे

नियोजन करू शकत नाही, असा माणूस कंपनीत कामावर ठेवणं म्हणजे संकटाला आमंत्रण देणं ठरेल! वैयक्तिक आयुष्यात जिचं कुणाशीही पटत नाही, अशा स्त्रीची नेमणूक जनसंपर्क-अधिकारी म्हणून केलीत तर हाहाकार माजेल!

मी अनेक महाव्यवस्थापकांबरोबर काम करत असतो. ते माझ्याकडे नेहमी तक्रार करत असतात की, त्यांचे वरिष्ठ व्यवस्थापक महत्त्वाची धोरणं आखण्यात मनापासून सहभाग घेत नाहीत. ''चर्चा करत असताना त्यांना सतत ई-मेल बघण्यासाठी आणि व्हॉइस-मेल (फोनच्या आन्सरिंग मशीनवरचे निरोप) ऐकण्यासाठी चर्चा थांबवायची असते,'' एका महाव्यवस्थापकानं माझ्याकडे अलीकडेच तक्रार केली. अशा वरिष्ठ व्यवस्थापकांच्या खाजगी जीवनात तुम्ही डोकावून पाहिलंत, तर ते स्वतःच्या आयुष्याची धोरणं आखण्यासाठी जो वेळ खर्च करतात, त्याहून कितीतरी जास्त वेळ ते त्यांच्या वार्षिक सुट्टीची आखणी करण्यात वाया घालवतात असं आढळेल.

वरिष्ठ व्यवस्थापकासाठी आम्ही दोन दिवसांचं जे शिबिर आयोजित करतो, त्यातला अत्यंत महत्त्वाचा भाग असतो, प्रत्येक सदस्याला वैयक्तिक धोरणं आखायला शिकवणं. आम्ही बारा वेगवेगळ्या विभागांचा अभ्यास करतो : शारीरिक, भावनिक, बौद्धिक, आध्यात्मिक, मानसिक, भौतिक, व्यावसायिक, आर्थिक, सर्जनात्मक, साहसी, भविष्यासाठी वारसा स्वरूपातल्या आणि नीतिमत्तेबाबतच्या. त्यानंतर धोरणं आखण्याच्या पारंपरिक पद्धतींचा वापर करून आम्ही प्रत्येक सदस्याला तीन वर्षे कालावधीची वैयक्तिक धोरणं आखायला मदत करतो. ही धोरणं कितपत यशस्वी झाली आहेत, हे मोजण्यासाठी आम्ही स्पष्ट असे निकषसुद्धा सुचवतो.

यातले अनेक लोक वर्षानुवर्षे आपल्या संस्थेसाठी किंवा आपल्या खात्यासाठी धोरणं आखत आले असले, तरी त्यांनी अद्याप वैयक्तिक धोरणं आखणारी योजना बनवलेली नसते.

एखाद्या वैयक्तिक धोरणं आखण्याच्या प्रक्रियेशी त्यांची ओळख करून दिली की, संस्थेबाबतची धोरणं आखण्याचं कामसुद्धा त्यांना अर्थपूर्ण वाटायला लागतं आणि ते काम जोमानं व्हायला लागतं.

वैयक्तिक आयुष्याबाबत धोरणात्मक योजना आखणं किती महत्त्वाचं आहे, हे त्यांना एकदा उमगलं की, कंपनीसाठी ती किती महत्त्वाची असतात हे सुद्धा त्यांना स्पष्टपणे कळतं. ध्येयं आणि उद्दिष्टं याबाबतसुद्धा असंच घडतं. कर्मचाऱ्यानं संस्थेची उद्दिष्टं साध्य करण्यात मनापासून भाग घ्यावा असं तुम्हाला वाटत असलं, तर त्यापूर्वी आपण त्यांना त्यांच्या वैयक्तिक ध्येयांचा पाठपुरावा करायला उद्युक्त करायला हवं.

जर तुम्ही एक व्यवस्थापक असलात आणि हे पुस्तक वाचल्यावर त्यातल्या कल्पनांचा तुम्हाला प्रत्यक्षात प्रयोग करावासा वाटला, तरी तुम्ही सुरुवात कशी कराल? त्यासाठी चार महत्त्वाच्या पायऱ्या आहेत.

पहिली पायरी

स्वत:च्या स्वप्नांची यादी तयार करा. या बारा विविध विभागांसाठी तुम्ही वेगवेगळी स्वप्नं पाहून, एकूण शंभर स्वप्नांची यादी तयार करा.

दुसरी पायरी

दररोज सकाळी अर्धा तास वेळ बाजूला काढा आणि तुमच्या संघातील सदस्यांना भेटा. त्यांच्या कामात आणि त्यांच्या आयुष्यात मनापासून रस घ्या.

तिसरी पायरी

तुमच्या संघातील लोकांना एकत्र आणून त्यांच्या स्वप्नांबाबत चर्चा घडवा. ह्या चर्चा-सभेसाठी आधीच सूचना पाठवा आणि ही चर्चा कोणत्या हेतूनं आयोजित केली आहे आणि ती कशी

उपयुक्त ठरेल, हे इतरांना समजावून सांगा. अशा चर्चासभेला लोकांचा प्रतिसाद कसा असेल, याबद्दल तुम्ही साशंक असाल, तर चर्चेपूर्वी काही सदस्यांना हे पुस्तक वाचायला द्या.

चौथी पायरी

तुमच्या हाताखाली काम करणाऱ्या लोकांच्या कामाची समीक्षा करताना, त्यांच्या स्वप्नांबाबत जाणून घ्यायचा प्रयत्न करा. त्यांचं एखादं स्वप्न वर्षभरात तडीला नेण्यासाठी तुमची मदत होऊ शकणार असेल, तर अशा स्वप्नाबाबत त्या कर्मचाऱ्याला उत्तेजन द्या आणि मनापासून मदत करा. याबरोबरच तुमची संस्थेबद्दलची, खात्याबद्दलची, संघाबद्दलची किंवा प्रकल्पाबद्दलची जी स्वप्नं असतील, ती या संधीचा वापर करून प्रत्येक संघ-सदस्याला विश्वासात घेऊन समजावून सांगा.

ड्रीम-मॅनेजर-उपक्रमाची रीतसर कार्यवाही तुमच्या संस्थेत करून देता आली तर उत्तमच; परंतु औपचारिक पातळीवर अशी कार्यवाही सुरू करता आली नाहीतरी अनौपचारिकरित्या तुम्ही आजच अशा प्रकारची कार्यवाही सुरू करा. तसं करण्यासाठी काहीही खर्च येणार नाही आणि त्याची फळं ताबडतोब दिसू लागतील.

कोणती गोष्ट लोकांना क्रियाशील बनवते, हे शोधून काढण्यासाठी त्यांची स्वप्नं जाणून घ्या. कोणत्याही व्यवथापकाच्या दृष्टीनं ही माहिती अत्यंत महत्त्वाची ठरते.

तुमच्या संघातील आणि तुमच्या आयुष्यातील लोकांच्या स्वप्नांबाबत सक्रिय आस्था राखा. त्यांना स्वप्नांचा निडरपणे पाठपुरावा करण्यासाठी उत्तेजन द्या आणि त्यांना विश्वासात घेऊन तुमची स्वत:ची वैयक्तिक आणि व्यावसायिक स्वप्नंसुद्धा त्यांना मोकळेपणानं सांगा. कालांतरानं तुमच्या आजूबाजूचे लोक इतरांशी असंच वागायला लागतील आणि तुम्हाला नव्याच सहकार्याच्या भावनेची आणि स्वप्नांच्या सर्वव्यापी

सामर्थ्याची प्रचिती येईल.

ही एक वेगळीच पद्धत आहे, हे मी मान्य करतो. ही एक आगळीवेगळी पद्धत आहे हे तुम्हीसुद्धा मान्य कराल, अशी मला खात्री वाटतेय. मला तेवढीच खात्री आणखी एका गोष्टीची वाटतेय : लोकांनी मनापासून काम करावं आणि त्यांच्यात क्रियाशील सहकार्य निर्माण व्हावं हे आपलं उद्दिष्ट असेल, तर त्यासाठी अशी वेगळी पद्धतच अत्यंत आवश्यक आहे, म्हणून माझी तुम्हाला कळकळीची विनंती आहे : सर्वसामान्य राहू नका. व्यवस्थापक म्हणून, मित्र म्हणून, प्रेमिक म्हणून, पालक म्हणून, कर्मचारी म्हणून, नागरिक म्हणून सर्वसामान्य दर्जाचे राहू नका! आगळेवेगळे बना! वेगळ्या मार्गांचं अवलंबन करा... सर्वसाधारण दर्जाचे राहू नका...

❖

तुमच्या आयुष्याचा कायापालट घडवणाऱ्या
चार सूत्रांची सविस्तर माहिती

'रिलीज युवर ब्रिलियन्स' या इंग्रजी पुस्तकाचा मराठी अनुवाद

तिळा, तिळा दार उघड!

मूळ लेखक

सायमन टी. बेली

अनुवाद

प्रमोद शेजवलकर

बुद्धिमान बनण्यासाठी आवश्यक असलेल्या सर्व गोष्टी तुमच्यातच आहेत – ज्यांना स्वत:चे जीवन कसेही न जगता, नीट आखीव-रेखीव पद्धतीने व्यतीत करायचे आहे अशा सर्वांसाठी हे पुस्तक लिहिलेले आहे.

– ज्यांना वैयक्तिक, व्यावसायिक, शारीरिकदृष्ट्या आणि भावनिकदृष्ट्या अडथळ्यांना बेधडक धक्का द्यायचा आहे.

– केवळ पाट्या टाकून दरमहा पगार आणि इतर फायदे घेण्यापेक्षा आपले आयुष्य कुठेतरी अपूर्ण आहे, याची जाणीव आहे – काहीतरी किंवा काहीही करून एक 'संपूर्ण' माणूस म्हणून जगायचे आहे.

– चिरंतन साहचर्याची ओढ लागून राहिली आहे.

– जीवनात मौजमजा आणि आसुसलेपणाचा अभाव जाणवत आहे.

– स्वत:च्या आयुष्यात काहीतरी भव्य-दिव्य करण्याची आपल्यात क्षमता आहे, याची ज्याला खातरी आहे, पण 'ते' नेमकं काय याचा शोध लागत नाहीये, अशा सगळ्यांनी स्वत:च्या भवितव्याला नवा आयाम देण्यासाठी सज्ज व्हा!

सायमन टी. बेली तुम्हाला जीवनाचा अंतर्बाह्य आनंद घ्यायला, तुमच्यातील सुप्तावस्थेत असलेल्या हुशारीला या जगाची खुली हवा चाखण्यासाठी शक्ती प्रदान करत आहे.

– सी. कॉलिन्स